மனசு போல வாழ்க்கை 2.0

தி இந்து குழுமம்
தமிழ் திசை

மனசு போல வாழ்க்கை 2.0

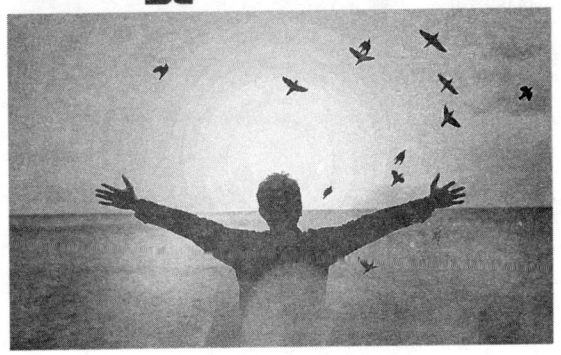

டாக்டர். ஆர்.கார்த்திகேயன்

தமிழ் திசை

Title
MANASU POLA VAZHKAI 2.0
© Dr. R. Karthikeyan

ISBN-978-81-944489-7-6

நூல் தலைப்பு
மனசு போல வாழ்க்கை 2.0

நூல் ஆசிரியர்
© டாக்டர். ஆர்.கார்த்திகேயன்

முதற்பதிப்பு
ஜனவரி - 2020

இரண்டாம் பதிப்பு
பிப்ரவரி - 2021

விலை: ₹100

ஆசிரியர்
கே. அசோகன்

நூல் உதவி பொறுப்பாசிரியர்கள்
ம. சுசித்ரா
க. நாகப்பன்

முதன்மை வடிவமைப்பாளர்
என். கணேசன்

தலைமை வடிவமைப்பாளர்
மு. ராம்குமார்

KSL Media Limited, Regd. Office: **KASTURI BUILDING** No.859 & 860 Anna Salai, Chennai – 600 002.

https://www.facebook.com/Tamilthisaipublications https://twitter.com/Tamilthisaipublications

Printed by B.Ashok Kumar, Rasi Graphics (P) Ltd, No.40, Peters Road, Royapettah,Chennai - 600 014, for KSL Media Limited., Chennai - 600 002.

மனத்தையும் உலகையும் ஆள..!

காலையில் எழுந்திருக்கும்போதே தோணுச்சி... இன்னைக்கு எல்லாமே தப்பாத்தான் நடக்கும்னு... அதேபோல நடந்திருச்சு...

- இப்படி சிலர் சொல்லக் கேட்டிருப்போம். ஏன்... நாமேகூட எப்போதேனும் இப்படிச் சொல்லி இருப்போம். பின்னால் நடக்கப்போவதை, மனம் முன்னால் சுட்டிக்காட்டிவிட்டதாக இதன் மூலம் ஒரு பெருமை வேறு!

உண்மையில் நம் மனதுக்குள் வேரூன்ற அனுமதித்த எதிர்மறை எண்ணம்தான் நம்மை கைபிடித்து தவறுகளிடம் ஒப்படைத்துவிடுகிறது. மூளை, இதயம், மனம் என்றெல்லாம் தனித் தனியாகக் குழப்பிக் கொள்ளத் தேவை இல்லை. எல்லாவற்றுக்கும் அடிப்படை நம் எண்ணங்கள்தாம். இந்த எண்ணங்களை கவனிக்கத் தொடங்கி, அவற்றைச் சீர் தூக்கிப் பார்த்து, சீர்படுத்த ஆரம்பித்துவிட்டால் வாழ்க்கை இனிமையாகும்.

இதை 360 டிகிரி கோணத்தில் டாக்டர் ஆர்.கார்த்திகேயன் தனக்கே உரிய இயல்பான மொழிநடையில் சுவாரசியமான வாழ்க்கைச் சம்பவங்கள், அறிவியல் பூர்வமான நிருபணங்களுடன் விளக்கிய தொடர்தான் - 'மனசு போல வாழ்க்கை'.

ஏற்கெனவே இதன் முதல் பாகம் 'இந்து தமிழ் திசை' நாளிதழின் 'வெற்றிக்கொடி' இணைப்பிதழில் வெளிவந்து, 2016-ம் ஆண்டில் புத்தகமாக வெளியானது. அந்தத் தொடருக்கும் புத்தகத்துக்கும் வாசகர்களிடம் இருந்து கிடைத்த பரவலான வரவேற்புதான், இரண்டாம் பாகமாக தொடர் வெளியாகத் துவங்கியது. முதல் பாகத்துக்கு கிடைத்த வரவேற்பைவிடவும் பல மடங்கு கூடுதலான வரவேற்பு 'மனசு போல வாழ்க்கை 2.0' தொடருக்கு கிடைத்தது. அதிலும் பள்ளி-கல்லூரி மாணவ, மாணவிகள், மென்பொருள் பொறியாளர்கள், குடும்பத் தலைவிகள், இளம் பெண்கள், முதியோர் என வெவ்வேறு வாழ்க்கைச் சூழலை வயது வரம்பைச் சேர்ந்தவர்கள் தங்கள் மனம் அவர்களுக்கு விடும் சவால்களை, கேள்விக் கணைகளாக மாற்றி அனுப்பி வைத்தனர். ஒவ்வொன்றுக்கும் தனக்கே அனுபவ அறிவோடு டாக்டர் ஆர்.கார்த்திகேயன் பதிலளித்தார்.

மனம் குறித்த அலசல் கட்டுரைகள் மற்றும் கேள்வி-பதில் பகுதி ஆகியவற்றின் தொகுப்பே இப்புத்தகம். இதனை படிக்கிற வாசகருக்கு தன்னுடைய பயம், பதற்றம், மன அழுத்தம், கோபம், வருத்தம், ஏமாற்றம், குற்றவுணர்வு போன்ற மனம் செய்யும் ஆர்ப்பாட்டங்களை ஆற்றுப்படுத்தும் பக்குவம் வாய்க்கும். தன்னுடைய மனத்தை ஆளத் தெரிந்த எவருக்கும், உலகில் எதிர்கொள்ளௗம் எந்தவொரு சவாலையும் எளிதாக ஆள முடியும். அதற்கு இந்நூல் அழகாக உதவும்!

-அன்புடன்,
கே. அசோகன்,
ஆசிரியர்,
'இந்து தமிழ் திசை'

என்னுரை

'மனசு போல வாழ்க்கை' எழுத ஆரம்பிக்கும் பொழுது அது பெரிய வெற்றி அடையும் என்று நினைத்து எழுதினேன். என் எண்ணத்தைப் போலவே அது உலகாளவிய வாசகர்களை சென்றடைந்து பெரு வெற்றி பெற்றது. வெகு ஜன மக்களுக்கான உளவியல் நூல்களில் முதன்மையாகவும் கருதப்பட்டது. சுய உதவி புத்தகங்கள் என்றாலே அறிவுரைகள் என்றிருந்த வழக்கை மாற்றி பெரும் உளவியல் விதிகளை தோழமையுடன் உரையாடியதால் இந்த வெற்றி சாத்தியப்பட்டது என்று நினைக்கிறேன்.

தன்னளவில் ஒரு முழுமையான நூலுக்கு இரண்டாம் பாகம் அவசியப்படாததால் பிற விஷயங்களை எழுதிக் கொண்டிருந்தேன். இந்த நிலையில் முதல் பாகம் பற்றிய கடிதங்கள் குறையவேயில்லை. புத்தகம் கிடைக்கவில்லை என்று என்னைத் தேடி வந்து கதவை தட்டியவர்கள் பலர். இதை ஆங்கிலத்தில் மொழி பெயர்க்க திட்டமிட்டுக் கொண்டிருந்தேன். இந்த நிலையில்தான் ஆசிரியர் குழுவிலிருந்து இரண்டாம் பாகம் எழுதும் ஆலோசனை வந்தது.

எழுதியதை மீண்டும் வலியுறுத்தி எழுதுவதை விட சில கூடுதல் விஷயங்களை தரலாம் என்று எண்ணி சம்மதித்தேன். நினைத்தது போலவே நடந்தது. பழைய வாசகர்களுடன் புதிய வாசகர்கள் பலரும் சேர்ந்தனர். பல எழுத்தாளர்களின் கவனம் பெற்றேன். முதல் பாகத்தை விட இரண்டாம் பாகம் புதிய உச்சத்தைத் தொட்டது. இரண்டாம் பாகம் எழுதி முடித்த நாளிலிருந்து "எப்போது புத்தக வெளியீடு?" என்று கேட்க ஆரம்பித்தனர் வாசகர்கள். இரு பாக நூல்களையும் பரிசு புத்தகங்களாக தன் பணியாளர்களுக்கு கொடுக்க திட்டமிட்டுள்ளது ஒரு தொழில் குழுமம். புத்தகம் வரும் முன்னே இந்த '2.0'-விற்கு குவியும் ஆதரவு பெருகி வரும் என் பொறுப்பை உணர்த்துகிறது.

தமிழுக்கு மற்றொரு பயனுள்ள நூல் தந்த நிறைவு எனக்கு. ஆரவாரமாக ஆதரித்த அனைத்து வாசகர்களுகளின் அன்பிற்கும் என்றென்றும் கடன்பட்டுள்ளேன். இதைச் செய்ய பணித்த 'இந்து தமிழ் திசை' ஆசிரியர் மற்றும் ஆசிரியர் குழுவிற்கும் என் நீங்காத நன்றிகள்!

பேரன்புடன்,

டாக்டர். ஆர். கார்த்திகேயன்.

உள்ளே...

1. என்னை மேலும் செதுக்கின — 9
2. ஒப்பிடுதல் ஒரு வன்முறை — 12
3. சூழ்நிலைக் கைதியா நீங்கள்? — 15
4. கதவுகள் பல, சாவி ஒன்று! — 18
5. பொறுப்புத் துறப்பு உதவாது! — 21
6. ஓடவும் முடியல, மோதவும் முடியலயே! — 24
7. மனத்தைக் காட்டிக்கொடுத்துவிடும் உடல்! — 27
8. மனம் வாயிலாகப் பதிவுசெய்யும் உடல்! — 30
9. மனமாற்றம் என்பதே எண்ண மாற்றம்தான்! — 33
10. விழக் கூடாதுன்னு நெனச்சா விழத்தான் செய்வோம்! — 36
11. அநேகக் கவலைகள் அநாவசியம்! — 40
12. உதவி தேவையா உதவுங்கள்! — 44
13. நெருக்கடியில் நம்பிக்கை கொள்! — 48
14. 'நான்' என்று சொல்லுங்கள்! — 52
15. மாற்றுக் கையால் எழுதுங்கள்! — 55
16. வாழ்க்கையை வழிநடத்தும் கற்பனை — 58
17. கடந்த காலக் கசப்பை மறந்துவிடுங்கள்! — 62
18. நினைவு நல்லது வேண்டும்! — 65
19. மன நச்சை வெளியேற்றுங்கள் — 68
20. ஆனாலும் அன்பு மாறாததா? — 71
21. உறவில் சிக்ஸர் அடிக்க என்ன செய்வது? — 74
22. தவறுகளை பூதக்கண்ணாடி வைத்துப் பார்க்காதீர்கள்! — 78
23. வெறுப்புக்குப் பழங்குடி சிகிச்சை! — 82
24. உடலைக் கட; மனத்தை அறி — 85
25. மாறுமா நம் மனம்? — 88
26. எது கடினம், எது ஆனந்தம்? மனத்தை நம்பலாமா? — 91
27. மனித வாழ்வு ஒரு சின்னஞ்சிறிய துகள்! ஒற்றுமையும் வேற்றுமையும் — 94

1

என்னை மேலும் செதுக்கின

மனம்.

அது அற்புதமானது; அற்பமானது; புனிதமானது; கேவலமானது; பாதுகாப்பானது; ஆபத்தானது; உறுதியானது; நிலையில்லாதது.

எது சரி? எல்லாமும்தான். நொடிப்பொழுதில் ஒன்றிலிருந்து வேறொன்றாக மாறும் இம்மனத்தை அறிய ஓர் எளிய கையேடு இருந்தால் எவ்வளவு வசதியாக இருக்கும்? ஒரு பொருள் வாங்கினால், அதனுடன் அளிக்கப்படும் *User's manual* போல!

அப்படி ஒரு முயற்சிதான் 'மனசு போல வாழ்க்கை'. தொடராகத் தொடங்கியபோது 'அஃபர்மேஷன்ஸ்' போன்றவை வாசகர்கள் மத்தியில் மிகுந்த வரவேற்பைப் பெற்றன. புத்தகமாக வந்தபோது 'சூடாக வந்திறங்கிய பக்கோடாவாகத்' தீர்ந்துபோவதாக விற்பனையாளர் ஒருவர் குறிப்பிட்டார். முதுகுவலி முதல் மண முறிவு, தற்கொலை முயற்சி, வியாபாரச் சரிவு எனப் பல பிரச்சினைகளுக்குத் தீர்வு கண்டதாக மின்னஞ்சல்கள் வந்தன.

இது என்ன 2.0?

பெங்களூரு நிம்ஹான்சில் படித்த ஒரு உளவியல் சிகிச்சையாளனாக மேற்கத்திய முறைகளை அதிகம் பயன்படுத்தினாலும், கிழக்கத்திய முறைகள் மீது கொண்ட மாறாத ஈர்ப்பு காரணமாக யோகா, ரெய்கி போன்றவற்றைப் படித்தேன். பிறகு லூயி ஹேயின் புத்தகங்கள், மலர் மருத்துவம், EFT எனப்படும் 'எமோஷனல் ஃப்ரீடம் டெக்னிக்ஸ்' போன்றவை என்னைப் பெரிதும் பக்குவப்படுத்தின. உணவும் வாழ்வுமுறையும் மட்டுமின்றி மனத்தைச் செழுமைப்படுத்த தீர்க்கமான வழிமுறைகள் உள்ளன என நம்பினேன். அவை அனைத்தையும் என் மீது பரிசோதித்துப் பார்த்தேன். பல வாழ்க்கைமுறை அனுபவங்கள் என்னை மெலும் செதுக்கின. அந்தப் பயணத்தின் எழுத்து வடிவம்தான் 'மனசு போல வாழ்க்கை'.

சரி, இது என்ன 2.0? ரஜினியும் மோடியும் ஆளுக்கொரு 2.0 செய்துவிட்டார்கள் என்றா, நிச்சயம் இல்லை.

இன்றைய இளைஞர்கள் ரொம்பவே கவனம் சிதறிப்போயிருக்கிறார்கள். எதுவும் சுலபமாக உடனடியாகக் கிடைக்கச் செய்யும் 'ஸ்விக்கி' யுகம், அவர்களை அச்சில் வார்த்துள்ளது. எதற்கும் தாமதிக்க இயலாத இந்தத் தலைமுறை, உறவுகளில் சறுக்குவதில் ஆச்சரியமில்லை. முடி உதிர்தலும் பாலியல் குறைபாடுகளும் உடல் எடை பருமன் பிரச்சினைகளும் முப்பதுகளில் சகஜமாகிவிட்டன. வீடும் வாகனமும் வாங்குகிற வேகத்தில் வலிகளையும் வியாதிகளையும் வாங்கிவிடுகிறார்கள்.

எல்லா வியாதிகளுக்கும் மன அழுத்தமே பெரும் காரணம் என அலோபதி நம்பும் அறிவியல் ஆராய்ச்சிகளே சொல்ல ஆரம்பித்துவிட்டன. கூகுளில் உலாவிவிட்டு அனைவரும் அறிஞர்கள்போலப் பேச ஆரம்பித்துவிட்டார்கள். "குவாண்டம் மெடிசன் என்ன சொல்லுதுன்னா..!" சைக்காலஜியைக் கொஞ்சமாகவாவது தொட்டுக்கொள்ளாமல் யாருமே பேசுவதில்லை. பிரச்சினை 'என்ன' என்று எல்லோருக்கும் தெரிகிறது. ஆனால், 'எப்படி' சரி செய்வது என்று அறிவதில்தான் நிபுணத்துவம் உள்ளது. அந்த நோக்கில்தான் இளைஞர்களுக்கான ஒரு பிரத்யேகமான தொடராக இதை எழுதத் திட்டம்.

என்னை நோக்கிப் பாயும் சிக்கல்கள்

கடந்த சில மாதங்களாக என்னைச் சந்தித்த மனிதர்களும் அவர்கள் என்னிடம் குவித்த விஷயங்களும்தான் மீண்டும் என்னை எழுத இழுத்து வந்துள்ளது என்றும் சொல்லலாம். அப்படி என்ன பிரச்சினைகள்?

ஐநூறு கோடி டர்ன்ஓவர் எடுக்கும் தொழிலை வெற்றிகரமாக நடத்தும் முதலாளிக்குத் தினசரி இரவுத் தூக்கம் மூன்று மணிநேரம்கூட வருவதில்லை. எந்த மாத்திரையும் இல்லாமல் ஆறு மணிநேரம் தூங்க ஆலோசனை கேட்டு வந்துள்ளார்.

மாபெரும் செஸ் விளையாட்டு வீரர் அவர். ஆனால், இறுதிச் சுற்றில் மட்டும் பதற்றம் அடைந்து தோல்வி அடைகிறார். தன் நிலையை முழுமையாக உணர்ந்தும், எப்படி உச்சகட்டப் போட்டியில் இயல்பாக விளையாடுவது என்பதே இவர் பிரச்சினை.

எல்லா டாக்டரையும் பாத்தாச்சு. எல்லா டெஸ்ட்டும் எடுத்தாச்சு. எந்த நோயும் இல்லை என்றுதான் ரிசல்ட் வருகிறது. ரூபாய் பத்து லட்சம்வரை செலவு செய்தாயிற்று. இருந்தும் எழுந்து நடக்க முடியவில்லை என்று சொல்லும் பெண். இதனால் திருமணம், வேலை என எல்லாவற்றையும் ஒத்தி வைத்துள்ளார். என்ன காரணம் என்று அறிய 'சைக்கோமெட்ரிக் டெஸ்ட்' எடுக்க வந்தார், அந்த நவநாகரிக யுவதி.

தனக்கு வேலை கிடைக்காததற்குக் காரணங்கள் இரண்டு என்கிறார் அந்தக் கிராமத்து இன்ஜினீயர். அவை கறுத்த சருமமும் ஆங்கிலக் குறைபாடும்தானாம். எல்லாத் திறமைகளும் இருந்தும் இன்னமும் தன்னால்

ஒரு வேலையைப் பெற முடியவில்லையே என்ற தாழ்வு மனப்பான்மையுடன் திரிந்தவர், ஒரு முறை விரக்தியில் தற்கொலை முயன்றார். எப்படித் தன்னம்பிக்கையை வளர்த்து ஒரு பணிவாய்ப்பைப் பெறுவது என்று கேட்டு வந்திருந்தார்.

இவை அனைத்தும் வெவ்வேறு பிரச்சினைகள்தாம். ஆனால், அடிநாதமாக தங்கள் மனத்தை மாற்றினால் தங்கள் பிரச்சினை மாறும் என்று அனைவருக்கும் தெரிகிறது. எப்படிச் செய்வது என்பதுதான் புரியவில்லை. அதற்குதான் உதவி கேட்டு வருகிறார்கள்.

மனத்தை மாற்ற வேண்டும். அதற்கு மனதையே பயன்படுத்த வேண்டும். எப்படி என்ற குழப்பம் இருக்கும். பேசுவோம்.

தன் இளைய வயதில் இருக்க இடம் இல்லாமல் காரில் படுத்துத் தூங்கியவர் டோனி ராபின்ஸ். இன்று அவர் நிகழ்ச்சி நடத்தினால் கார்களின் அணிவகுப்பால் ஸ்தம்பிக்கிறது போக்குவரத்து. உலகின் பிரபல ஆளுமைகளின் வாழ்க்கை வழிகாட்டி. பயங்களுடன் வருபவர்களை நெருப்பின் மீது வெறுங்காலுடன் நடக்க வைத்துக் காட்டுகிறார்.

பிரச்சினைகளைத் தீர்க்கச் சிறந்த வழி ஒன்றே ஒன்றுதான்: எதிர்கொள்வது.

வாழ்க்கையில் என்ன பிரச்சினை சொல்லுங்க. தட்டித் தூக்கிடலாம்!

2

ஒப்பிடுதல் ஒரு வன்முறை

உளவியல் படிப்பில் சேர்ந்தபோது எங்களுக்குக் கற்றுக்கொடுக்கப்பட்ட பாலபாடம் ஒன்று உண்டு. தனிநபர் வேறுபாடுகளைக் கற்பது உளவியலில் அடிப்படை நோக்கங்களில் ஒன்று என்று. இதை Individual Differences என்பார்கள். ஒருவரைப் போல மற்றொருவர் இல்லை என்பதுதான் இந்தக் கூற்று.

இரட்டைப் பிறவிகள்கூட இதற்கு விதிவிலக்கல்ல. இதைத் தெரிந்துகொள்ள உளவியல் படிக்க வேண்டியதில்லை. "அஞ்சு விரலும் ஒரே மாதிரியாவா இருக்கு?" என்பது நம் சொல் வழக்கில் உள்ளதே!

ஆனால், மனம் சலனப்படுகையில் முதலில் மறந்துவிடும் விஷயமும் இதுதான். எல்லாவற்றையும் சமன்படுத்தித் தட்டையாகப் பார்ப்பது மனத்துக்கு சவுகரியமான காரியம். "உன் வயசுதானே அவனுக்கு, அவனால முடியுது உன்னால முடியுதா?" என்று சுலபமாய்க் கேட்க வைக்கும். ஒப்பிடுதல் வன்முறை. அது சுய நிராகரிப்புக்குத்தான் வழிவகுக்கும். ஆனால், அதிகாரம் கையில் வந்தவுடன் இந்த ஒப்பிடுதல் அருமையான நிர்வாக ஆயுதமாக மாறிவிடுகிறது.

நிலைகுலையச் செய்த கேள்வி

இது பற்றி ஒரு பள்ளியில் பேசியபோது ஆசிரியர் ஒருவர் சந்தேகம் எழுப்பினார் "மாணவர்களை ஊக்குவிக்க ஒப்பிடுதல் உதவாதா, பிறரைப் போல நாம் ஆக வேண்டும் என்று தோன்றவைக்காதா?" என்றார். "உங்க மாணவர் உங்களிடம் கேட்கிறார் 'அவரும் உங்களை மாதிரி எம்.ஃபில்தானே படித்திருக்கிறார். அவர் மட்டும் எம்.என்.சி.யில ஒரு லட்ச ரூபாய் சம்பளத்தில் இருக்கும்போது நீங்க மட்டும் ஏன் ஸ்கூல் மாஸ்டராய் இன்னமும் இருபதாயிரம் சம்பளம் வாங்குகிறீர்கள்?' இதை நீங்கள் ஊக்குவிப்பாய் எடுத்துக்கொள்ள முடியுமா?" என்று கேட்டேன்.

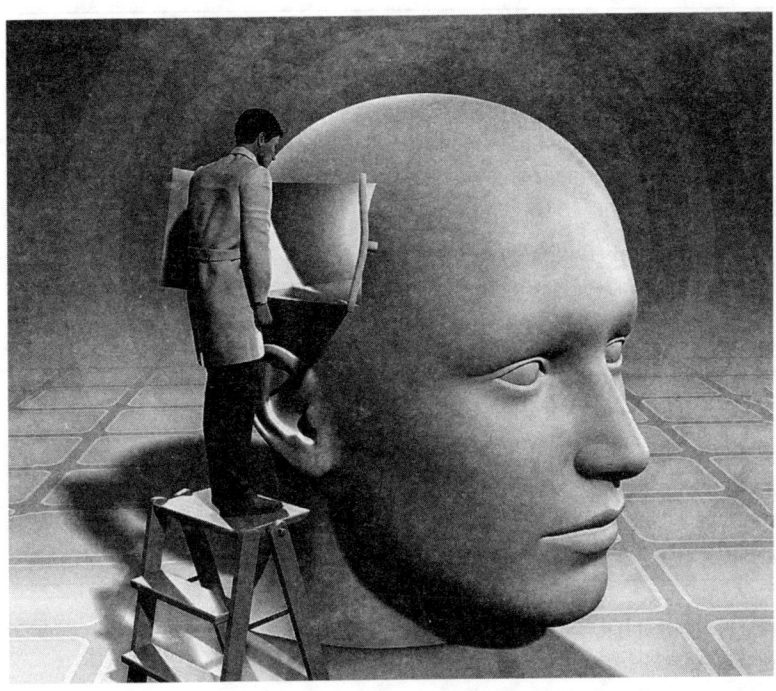

அவர் முகம் கோபத்தில் சிவந்தது. வெகுநேரம் கழித்து அவரே தனியாக வந்து பேசினார். "கூட்டத்தில் எல்லோர் முன்னிலையிலும் அப்படி நீங்கள் கேட்டது என்னை நிலைகுலையச் செய்தது." நான் அமைதியாகச் சொன்னேன். "நீங்களும் மாணவர்களைக் கூட்டத்தில் வைத்துத்தானே ஒப்பிடுகிறீர்கள்!." இம்முறை பொருள் விளங்கியவாறு மவுனமாக விலகிச் சென்றார் ஆசிரியர்.

நல்ல நோக்கத்துடன்தான், நாம் பல தீய செயல்களைச் செய்கிறோம். யோசித்துப் பாருங்களேன், நாம் யாரை அதிகம் காயப்படுத்துகிறோம் நம் மீது பெரிதும் அன்பு செலுத்துபவர்களைத்தானே!

ஆக்கிரமித்தல் ஆகாது

தனிநபர் வேறுபாட்டை ஏன் மறக்கிறோம்? உணர்வு மேலிடும்போது அறிவு மங்கிவிடுகிறது. காதல் உணர்வு மேலிடும்போது, "நான் பேச நினைப்பதெல்லாம் நீ பேச வேண்டும்" என்று பாட வைக்கிறது. அற்புதமான கவி உணர்வுதான். ஆனால், தான் நினைப்பதையே தன் காதலி பேச வேண்டும் என்று எண்ணுவது எவ்வளவு பெரிய ஆக்கிரமிப்பு உணர்வு.

கேள்வி: கல்லூரி ஆசிரியை நான். சொந்த வீடு, ஊரில் நிலம் ஆகியவை உள்ளன. கணவர் தனியார் நிறுவனத்தில் பொது மேலாளராக இருக்கிறார். ஒரே மகன் யு.எஸ்ஸில் படிக்கிறான். எல்லாம் இருந்தும் மனம் வெறுமையாக உள்ளது. வசதி இல்லாத இளமைப் பருவத்தில் மகிழ்ச்சியாக இருந்ததை நினைத்தால், வாழ்க்கையில் எதையோ இழந்து விட்டோம் என்று தோன்றுகிறது.

பதில்: மனம் செய்யும் சூழ்ச்சி இது. படிப்பு, வேலை, சொத்து, சமூக அந்தஸ்து என எல்லாவற்றிலும் creamy layer இருக்கும். உங்களுக்கு அதன் மதிப்பை உணரச்செய்யாது இல்லாததைத் தேடி ஓடச் செய்வது மனத்தின் இயல்பு. உங்களுக்குக் கிடைத்த வரங்கள் கண்ணுக்குத் தெரியாது. கிடைக்காத சாபங்களை அனுபவிக்கத் தயாராவீர்கள். தனிமை வாழ்க்கை குறித்த கேள்விகளைக் கொண்டு வந்து குவிக்கும். அதற்கு வசதியோ வசதிக்குறைவோ பதில் இல்லை. குறிக்கோள் கொண்ட வாழ்க்கைதான் மனத்தின் பிடிமா னம். கல்லூரி வேலையில் பிடிப்பு இல்லாவிட்டால், உங்களுக்குப் பிடித்த துறையில் ஈடுபடுத்திக் கொள்ளுங்கள். பத்துக் குழந்தைகளுக்கு இலவசமாகப் படிப்பு சொல்லிக் கொடுங்கள்.

இந்த எதிர்பார்ப்பின் பாரம் தாங்காமல் எத்தனை உறவுகள் நொறுங்கிப் போகின்றன?

“என் அம்மாபோல எனக்கு மனைவி வேண்டும்”, “சின்ன வயசில எனக்கு நடனம் கத்துக்க வாய்ப்பில்லை. நீயாவது கத்துக்கோ” - இப்படி அடுக்கிக்கொண்டே போகலாம்.

தோற்றத்தால், அறிவால், குணத்தால், மன அமைப்பால் ஒருவருக்கொருவர் வேறுபட்டுள்ளோம். வாழ்க்கை முறைகளும் வாழ்க்கை அனுபவங்களும் இன்னமும் நம் பன்முகத்தன்மையை விரிவடையச் செய்து விடுகிறது. ஆனால், இந்த வேறுபாடுகளை மறந்து ஒப்பீடு செய்வதும், கட்டுப்படுத்த நினைப்பதும், உறவின் பல ஆதாரச் சிக்கல்களுக்குக் காரணமாகின்றன.

உங்கள் மூலமாக வந்ததால் மட்டும் உங்கள் குழந்தைகள் உங்கள் சொத்துகள் ஆகிவிட மாட்டார்கள் என்றார் கலீல் கிப்ரான். ஆக்கிரமிப்பு உணர்வு இல்லாமல் காதல் சாத்தியம் என்று எழுதியவர் ஜெயகாந்தன். எல்லாச் சேதாரங்களுக்குமான விதை ஒரு தவறான எதிர்பார்ப்பு. “நான் வேறு. நீ வேறு. அது உன் கருத்து. இது என் கருத்து. நாம் வேறுபடுதலில் தவறில்லை” என்று சற்று அறிவுபூர்வமாக யோசிக்க ஆரம்பித்தால் பல உணர்வுப் போராட்டங்களில் இருந்து விடுதலை பெற முடியும்.

வாழ்க்கையின் எல்லாத் துயரங்களுக்கும் காரணம் நம் மனம் என்றால், அதைச் சரிசெய்ய நமக்கு உள்ள ஒரே ஆயுதமும் மனம் மட்டுமே!

3

சூழ்நிலைக் கைதியா நீங்கள்?

ஒரு பெரும் தொழிலதிபர் ஒருவருக்குப் பங்குசந்தைச் சரிவால் ஒரே நாளில் 50 கோடி ரூபாய் நஷ்டம். ஒரு தினசரிக் கூலித் தொழிலாளி தன் ஒருநாள் சம்பளத்தை ரயிலில் தவறவிட்டதால் அவருக்கு அன்று 500 ரூபாய் நஷ்டம். யாருடைய நஷ்டம் பெரிது? அவரவர்க்கு அவரவர் நஷ்டம் பெரிது என்பதுதான் உண்மை. தர்க்க அடிப்படையில் ஓர் அளவீட்டை உருவாக்கிப் பிறர் உணர்வுகளைத் தர வரிசைப்படுத்துவது முட்டாள்தனம். ஆனால், இதைத் தவறாமல் செய்கிறோம்.

ஒரு துயரை இன்னொரு துயருடன் ஒப்பிட முடியாது. ஒரு சாதனையை இன்னொரு சாதனையுடன் ஒப்பிட முடியாது. தனிநபர் மனநிலைக்கு ஏற்ப ஒவ்வொன்றும் வேறுபடுகின்றன.

ஆதார குணம்தான் நீங்கள்

என் பயிலரங்குகளில் அதிகம் கேட்கப்படும் கேள்விகளில் ஒன்று. "மனிதன் சூழ்நிலைக் கைதிதானே, அதனால் மனித மனம் பற்றிய எந்தக் கணிப்பும் மாறக்கூடியதுதானே, அப்படியென்றால் அவரவர் வாழ்க்கையை அவர்களுக்கு நிகழும் சம்பவங்கள்தான் தீர்மானிக்கின்றனவா?." மனிதனின் பல நடத்தைகளைச் சூழல் மாற்றலாம். ஆனால், ஆதார குணங்கள்தாம் மனித வாழ்க்கையைத் தீர்மானிக்கும் என்பேன்.

உதாரணத்துக்கு, கொதி நீரில் ஒரு கேரட் துண்டையும் முட்டையையும், காபிக்கொட்டையையும் ஒன்றன்பின் ஒன்றாக உள்ளே போடுங்கள். சிறிது நேரத்தில் மாற்றங்களைக் கவனியுங்கள். கடினமாக இருந்த கேரட் வெந்துபோய் மென்மையாக மாறிவிடுகிறது. பெரும்பகுதியும் திரவமாய் இருந்த முட்டை திடமாக மாறிவிடுகிறது. காபிக் கொட்டை தான் கரைவது மட்டுமல்லாமல் கொதி நீரையே மணமாகவும் சுவையாகவும் மாற்றிவிடுகிறது. தான் உள்வாங்கும் பொருட்களின் தன்மையை மாற்றவல்லது கொதி நீர். ஆனால், எது எப்படி மாறும் என்பது அதனதன் ஆதாரக் குணம் சார்ந்தது.

எதிர் தரப்பு நியாயம் தெரிகிறதா?

என் உறவினர் ஒருவர் அனுப்பும் வாட்ஸ் அப் செய்தியில் தவறாமல் 999 வியாதிகளைத் தடுக்கும் வழிமுறைகள் இருக்கும். இன்னோர் அன்பர் ஒரு பிரபல சுவாமிஜியின் சுருக்கமான உரைகளுக்கு மிக நெடிய பொழிப்புரைகளை அனுப்புவார். இன்னொருவர் உடனடிப் புரட்சிக்குத் தயார் ஆகுங்கள் என்ற ரேஞ்சுக்குத் தெறிக்க விடுவார். இத்தனைச் செய்திகள் என்னை அடைந்தாலும் எதைத் தேர்வு செய்வது என்பதை என் உள அமைப்பு முடிவெடுக்கிறது. எத்தனைத் தாக்கங்கள் வெளியிலிருந்து வந்தாலும் அதைச் சமைத்துக் கொடுப்பது நம் உள் மனம் மட்டுமே.

நம் உணர்வையும் எண்ணத்தையும் குழைத்து அந்த நிகழ்வைப் பார்க்கையில், அது நம் அனுபவமாக மாறுகிறது. தொடர் அனுபவங்கள்தாம் வாழ்க்கையின் சகலப் படிப்பினைகளுக்குப் பெரும் காரணம். இந்தப் படிப்பினைகளுக்குத் தோதான சம்பவங்களைச் சூசகமாகத் தேர்ந்தெடுக்கும் உள் மனம். பிறகென்ன? ‘எல்லாம் சூழ்நிலைதான் காரணம்!’ என்று பேச வைக்கும்.

கேள்வி: எவ்வளவு படித்தாலும் பேசினாலும் திடீர் என்று நம்பிக்கை விட்டுப் போய்விடுகிறது. நிறைய வகுப்புகள் போயிருக்கிறேன். நிறைய படித்திருக்கிறேன். ஆனாலும் எந்த ஊக்கமும் நீண்ட நாட்கள் நிலைப்பதில்லை. என்ன செய்யலாம்?

பதில்: ஒரு உடற்பயிற்சியாளர் எத்தனை வகுப்புகளுக்குப் போனாலும் எத்தனை புத்தகங்களைப் படித்தாலும் தினசரி 'ஒர்க் அவுட்' செய்யாமல் இருந்தால் அவரால் அந்த வடிவத்தை நிலை நிறுத்திக்கொள்ள முடியாது. அது போலதான் மன நம்பிக்கையும்.

ஜிக் ஜிக்லர் என்ற பயிற்சியாளர் சொல்வார். "ஊக்கம் என்பது தினசரி வேலை– குளிப்பதைப் போல!"

தினமும் நம்பிக்கை வளர்க்கும் செய்கைகளும் செய்திகளும் முக்கியம். குறிப்பாகத் தூங்குவதற்கு முன்னும், விழித்தவுடனும். நல்ல இசை, நல்ல புத்தகங்கள், உடற்பயிற்சி, வழிபாடு, ஊக்கம் தரும் கதைகள், நேர்மறை உணர்வு தரும் நண்பர்கள் என உங்கள் தேர்வுகளைத் தினசரிச் செய்வது அவசியம்!

நம் மனத்தையே சரியாகப் புரிந்து கொள்ளாதபோது அடுத்தவர் மனம் எப்படிப் புரியும்? தன்னைப் போலத்தான் பிறரும் என்று அது தட்டையாகப் புரிந்துகொள்ளும். தன் அனுபவம் சார்ந்த நியாயங்களைப் பொதுவாக்கும்.

"ஒருநாள் கூலி 500 ரூபாயைத் தொலைத்ததா பெரிது? ஒருநாள் சம்பளம் இல்லாமல் இருப்பது என்ன அவர்களுக்கெல்லாம் புதிதா? இந்த 50 கோடி ஷேர் மார்க்கெட் லாஸ் எத்தனை பேரைப் பாதிக்கும்? கம்பெனி பிளான்ஸ் எவ்வளவு தடைபடும்?"

"அவர் பணக்காரர். எத்தனை கோடி தொலைச்சாலும் திரும்ப எடுத்துருவாரு. இன்னிக்கு நான் பணம் இல்லாம போனா ராத்திரி யாருக்கும் சோறு கிடையாது. குழந்தைக்கு மருந்து வாங்கணும். இன்னிக்கு பணத்தைத் தொலைச்சதால எங்க குடும்பத்துக்கே கஷ்டம்..!"

எதிர்த் தரப்பு நியாயங்கள் தெரிய, எதிர்த் தரப்பு எண்ணங்களையும் உணர்வுகளையும் அறிய வேண்டும். எதிராளியின் மனத்தை அறிந்தால், நம் வாழ்க்கையில் பாதிப் பிரச்சினைகள் காணாமல் போய்விடுமே?

அதற்கு எம்பதி(Empathy) வேண்டும்.

4

கதவுகள் பல, சாவி ஒன்று!

பிறர் மனத்தை அறியும் வித்தை தெரிந்தால் பல உறவுகள் பலப்படும். அதற்கு எம்பதி (empathy) எனும் மிகச் சக்திவாய்ந்த கருவி பயன்படும். எதிராளியின் மனநிலையில் தன்னை நிறுத்தி அவரின் கண்ணோட்டத்தை அறிவது என்பது அவ்வளவு சுலபமாக வருவதல்ல.

ஆளுக்குத் தகுந்தாற்போலதான் நம்முடைய நுணுக்கமான உணர்வுகள்கூட வேலை செய்யும். அதிவேகமாக வந்த கார் மோதியதால் சிறுவன் ஒருவனுக்குத் தலையில் பலத்த காயம் என்று ஒரு செய்தி வருகிறது. இதை வெறுமனே படித்துவிட்டு ‘பாவம்’ என்று கடந்து செல்லும் உங்கள் மனம்.

செய்தியைப் படிக்கும்போது அது உங்களுடைய நண்பருடைய மகன் என்று தெரியவந்தால் சற்றுப் பதற்றமடைந்து போனில் அழைத்து விசாரிக்கலாம் என்று தோன்றும். அதுவே உங்கள் சொந்த மகன் என்றால்...? நிலைகுலைந்துபோய் மகனின் மொத்த வலியையும் அடுத்த கணமே உணர்வீர்கள்.

யாரோ ஒருவரின் மகனுக்கு, நண்பரின் மகனுக்கு, தன் மகனுக்கு வேறு வேறு விதமாகத் துடிக்கும் சராசரி மனம். எல்லோர் வலியையும் ஒன்றுபோல் உணர்ந்தால் நீங்கள் முற்றும் துறந்த ஞானி.

எவ்வளவு பெரிய சம்பவமாக இருந்தாலும் அது யாருக்கு என்று பார்த்துத்தான் மனம் எதிர்வினை ஆற்றும். இப்படித் தேர்ந்தெடுத்து வேலை செய்யும் மனம் மெல்ல இறுகிவிடுகிறது.

ஆனால், எதிராளியின் மனநிலையை அறிவுபூர்வமாக மட்டும் பார்க்காமல் உணர்வுபூர்வமாகவும் கூர்மையாகப் புரிந்துகொள்ள உதவுவதே ‘எம்பதி’. ‘பிறர் மனதை உணரும் இந்தத் திறன்’ பற்றிய ஆராய்ச்சிகள் இன்று உளவியலில் கொட்டிக்கிடக்கின்றன. எல்லா வெற்றியாளர்களும் இந்தத் திறன் கொண்டவர்களே என்று அடித்துக் கூறுகின்றன பல சுய உதவி நூல்கள்.

'நான் இருக்கிறேன்!'

அமெரிக்காவில் நடந்த ஒரு சுவாரசியமான மருத்துவத் துறை ஆய்வு இதை உறுதிசெய்கிறது. மருத்துவர்கள் நோயாளிகளிடம் பேசும் உரையாடல்களை வைத்து எம்பதியைக் கணக்கிடுகிறார்கள். குறைந்த எம்பதி கொண்ட மருத்துவர்கள் மீது நோயாளிகளின் புகார்கள், சட்ட வழக்குகள் அதிகம் இருப்பது அதில் தெரியவருகிறது.

இதில் ஆச்சரியம் என்னவென்றால் நோயைக் குணப்படுத்தும் திறனில் இரண்டு விதமான மருத்துவர்களுக்கும் இடையில் பெரிய வேறுபாடு இல்லை. ஆனால், நோயாளியின் மனம் அறிந்து உணர்வால் ஒன்றுபடாத மருத்துவர்கள் மீதுதான் அதிக வழக்குகள் உள்ளன.

எம்பதி அதிகமுள்ள டாக்டர்கள் என்ன செய்கிறார்கள்? கண்ணைப் பார்த்துப் பேசுகிறார்கள். நோயாளி பேசும்போது கூர்ந்து கவனிக்கிறார்கள். அவர்களைத் தவிர வேறெங்கும் கவனத்தைச் சிதறடிப்பதில்லை. சொல்வதைப் புரிந்துகொண்டு, அதற்குப் பதில் அளிக்கிறார்கள், எவ்வளவு அற்பமானது என்றாலும்.

நான் இருக்கிறேன் என்று ஆறுதல் வார்த்தை கூறுகிறார்கள். சொன்ன பிரச்சினை, சொல்லாத பிரச்சினை இரண்டையும் புரிந்துகொள்கிறார்கள். முக்கியமாகப் புன்னகைக்கிறார்கள்! எளிய விஷயங்கள்தாம். ஆனால், இதை இயல்பாகச் செய்வது அவசியம்.

கேள்வி : ஒரு டாக்டராக இருந்தும் புகைப்பழக்கத்தை நிறுத்த முடியவில்லை. எல்லா முறைகளும் தோல்வி அடைந்துவிட்டன. உடனடியாகப் பதற்றத்தைக் குறைக்க சிகரெட் ஒன்றுதான் வழி என்று தோன்றுகிறது. இதை விடவே முடியாதா?

பதில்: எந்த ஒரு பழக்கமும் ஏதோ ஒரு மனத் தேவையைத் தொடர்ந்து பூர்த்தி செய்யும். உங்களுக்கு வேலைப் பளு காரணமான சோர்வும் மன அழுத்தமும் இருப்பதாகத் தெரிகிறது. அதைப் போக்க வழி செய்யுங்கள். வேலையின்போதே சற்றுப் புத்துணர்வுடன் இளைப்பாற யோகா போன்ற வேறு வழிகளைக் கற்றுக்கொள்ளுங்கள்.

புகை மட்டுமல்ல; எந்தப் பழக்கத்தின் அடிமையாக இருந்தாலும் "இந்தப் பழக்கம் எந்த மனத் தேவையைப் பூர்த்தி செய்கிறது?" என்ற கேள்விதான் மாற்றத்தின் முதல் படி.

ஆழ்மனத்தின் ஆசை

இன்று தொழில் உலகில் 'Design Thinking' மிகவும் பிரபலம். புதிய பொருட்கள், சேவைகள், தொழில்கள் தொடங்குவோர் இதை அவசியம் கற்க வேண்டும். வாடிக்கையாளரின் தேவையை உணர்ந்து புதிய சந்தைகளை உருவாக்குவது எப்படி என்பதைப் பற்றி விரிவாகச் சொல்கிறது. 'கஸ்டமர் எம்பதி' என்பது வாடிக்கையாளர் கோரும் விஷயங்களை மட்டுமல்ல, அவர்கள் ஆழ்மனத்தில் ஆசைப்படும் பொருட்கள், சேவைகளை உருவாக்க உதவுகிறது.

வாடிக்கையாளர் நேரடியாகக் கேட்காத பல அற்புதங்களை 'ஆப்பிள்' மூலம் ஸ்டீவ் ஜாப்ஸ் தந்தார். அவர் பயன்படுத்திய வடிவமைப்புச் சிந்தனைக்கு ஆதாரம் வாடிக்கையாளர் மனதை அறிவது. தோனி கடைசி ஓவரில் பதற்றம் அடையாமல் பந்துவீச்சாளரின் உடல்மொழியைக் கவனித்து சிக்ஸரைத் தூக்குகிறார். இப்படி நிறைய உதாரணங்களைச் சொல்லலாம்.

எம்பதி கற்க உங்களுக்கு ஒரு சிறு வீட்டுப்பாடம் தருகிறேன். இன்று உங்களிடம் சண்டை பிடிக்கும் ஆள் யாராக இருந்தாலும், உடனடியாகப் பதில் கொடுக்காமல், அவர்கள் சொல்வதை முழுமையாகக் கேளுங்கள்.

அவர்களின் பிரச்சினை என்ன என்பதை யோசியுங்கள். அடிநாதமாக உள்ள விஷயம் பிடிபட்டால் அதை அவர்களிடமே கேளுங்களேன். குறிப்பாக, நீங்கள் அவர்கள் பக்க நியாயத்தை அறிய முயல்கிறீர்கள் என்பதைத் தெரிவியுங்கள். "இவ்வளவு சிம்பிளா?" என்று எண்ணாதீர்கள். நாம் முட்டி முட்டி திறக்கப் போராடும் பல கதவுகளுக்குச் சின்னதாய் ஒரு சாவி இருக்கும். தேடிப் பாருங்கள்!

5

பொறுப்புத் துறப்பு உதவாது!

“எந்த இடத்தில வேலை செஞ்சாலும் மேலதிகாரியோட மோதல் வந்துடுது. எனக்கு மட்டும் நல்ல பாஸ் வாய்ப்பதே இல்லை” என்று சொன்னவரிடம் “உங்களுடைய அப்பாவோட உங்கள் உறவு எப்படி?” என்று கேட்டேன். “சின்ன வயசுல இருந்தே பிரச்சினைதான். அதுவும் இப்போஒரு கேஸ் நடப்பதால பேச்சுவார்த்தைகூட இல்லை.”

“உங்கள் அப்பாவுடன் உறவு சரியாகும்வரை உங்கள் மேலதிகாரி யாராக இருந்தாலும் அவருடன் பிணக்கு இருக்கும்” என்றேன். மேலதிகாரி என்பது நம் பண்பாட்டில் தந்தை ஸ்தானம். ஃப்ராய்ட் கூற்றின்படி அப்பாதான் அதிகார மையம்.

நம் ஆதார பயங்களைக் கையாளக் கற்றுக்கொள்வது இங்கிருந்துதான். “அது எப்படி, சொல்லிவெச்ச மாதிரி எல்லா பாஸும் பிரச்சினை கொடுக்கிறாங்க?” என்றார் மீண்டும். “எல்லோரிடமும் எனக்குப் பிரச்சினை என்றால், பிரச்சினை ‘நான்’ என்பது புரியவில்லையா?”

‘சைக்கோ அனாலிஸிஸ்’ அளவுகூடப் போக வேண்டாம். கொஞ்சம் யோசித்தாலே புரியும். எல்லா வெளியுலகப் பிரச்சினைகளுக்கும் காரணம் உள்ளுலகம்தான். அதனால்தான் சிலர் எந்த வியாபாரத்தில் கை வைத்தாலும் விளங்குவதில்லை. சிலர் எத்தனை கல்யாணம் செய்தாலும் செட்டில் ஆவதில்லை. சிலர் யாரிடமும் வேலையில் நிலைக்க முடிவதில்லை. எல்லாப் பிரச்சினைகளுக்கும் காரணத்தை வெளியில் தேடுவது வீண்!

மனத்தின் விளையாட்டு!

வெளியில் தெரிகிற நிகழ்வுகள் அனைத்தும் நம் உள் மன அமைப்பால் தேடிப் பெற்றுக்கொள்பவையே. நம் வாழ்க்கையில் நிகழும் சம்பவங்களைக் கூர்ந்து நோக்கினால் அடிப்படையாக ஒரு ‘*pattern*’ தெரியும். அதன் ஆரம்பமும் முடிவும் நம்மால் முடிவு செய்யப்படுபவை. ஆனால், யாரோ வெளியிலிருந்து செய்யவைப்பது போல் நம் மனம் வித்தை காட்டும்.

> **கேள்வி:** எவ்வளவுதான் நேர்மறையாக யோசிக்க நினைத்தாலும் ரொம்ப எதிர்மறையாகத்தான் மனம் யோசிக்கிறது. அதேபோல், எது நடக்கக் கூடாது என்று நினைக்கிறேனோ அதுவே நடக்கிறதே. ஏன்?
>
> **பதில்:** மனித மனத்துக்கு உயிர் பயம் என்பது எப்போதுமே இருந்துகொண்டிருக்கிறது. பயமும் கோபமும் நம் default mode-ல் இயங்கும். நம்பிக்கை கொள்ளத்தான் முயற்சி தேவை. நம்பிக்கை இழக்க எதுவுமே செய்ய வேண்டாம். அதனால் உங்களுக்கு மட்டும் நேர்வதாகக் கவலைகொள்ள வேண்டாம்!
>
> எது நடக்கக்கூடாது என்பதை நினைக்கும்போது அதுதான் நடக்கும். அந்த பய எண்ணம்தான் வேலை செய்யும்.

இதன் ஆரம்பம் ஓர் உணர்வு நிலை. அது தரும் எண்ணம். பின் எண்ணம் தூண்டும் செய்கைகள். பின் சங்கிலியாய்த் தொடரும் வெளியுலகச் சம்பவங்களைத் தேர்ந்தெடுத்து ஒரு கருத்தை உட்கொள்ளும் நம் உள்மனம். இதை ஒரு உதாரணமாகப் பார்க்கலாம். ஏதோ ஒரு துக்கமான மனநிலை. உடனே அது ஒருவிதமான தாழ்வு மனப்பான்மையைக் கொடுக்கிறது.

அது சங்கிலியாய் எண்ணங்களைத் தொடுக்கிறது. "நம்மை யார் மதிக்கிறார்கள், என்ன வாழ்க்கை இது, நமக்கு மட்டும் ஏன் இப்படி நடக்கிறது?" இதன் தொடர்ச்சியாக வீட்டுக்குச் சென்றால் எல்லோரும் குதூகலமாக ஒரு விசேஷ வீட்டுக்குக் கிளம்பிக் கொண்டிருக்கிறார்கள்.

உடனே மனம் அன்னியப்பட்டு, "நான் அவசியம் வரணுமா?" என்று மனைவியிடம் கேட்க, "இந்த மூஞ்சிய வச்சிட்டு வர்றதுன்னா வரவே வேண்டாம் ப்ளீஸ்" என்று கோபமாகப் பதில் வருகிறது. உடனே மனம், "பாரு... என்னை விட்டுட்டு தனியா போறதுன்னா எத்தனை சந்தோஷம்?" என்று ரோஷப்பட்டுச் சொல்லாமல் வெளியே போய்த் தனியாகக் குடிக்க வைக்கும்.

"ஏன் குடிக்கிறீர்கள்?" என்று கேட்டால், "என் பொண்டாட்டி அவங்க சொந்தக்கார வீட்டு விசேஷத்துக்கு வர வேண்டாம்னு சொல்லிட்டா பா... அந்தத் துக்கம்தான் தாங்க முடியலை!" எனக் குறை கூறும். இதுதான் மனத்தின் விளையாட்டு.

பலவீனமான தற்காப்பு எதற்கு?

எந்த மனநிலையில் இருக்கிறீர்களோ, அதற்கேற்ற சம்பவங்கள் உங்களைக் கவரும். இதுதான் உண்மை. "உலகம் என்னை இப்படி மாற்றிவிட்டது" என்று யார் சொன்னாலும் அது மோசடி. உலகம் என்பது ஒரு பெருநகரக் கடைத்தெரு போல.

அங்கு எது கண்ணில்படுகிறது என்பது அவரவர் தேவையைப் பொறுத்தது. பயணிகளுக்குப் பேருந்து எண்கள் கண்ணில்படும். இளைஞர்களுக்குப் பெண்கள் கண்ணில்படுவர், குழந்தைகளுக்கு பலூன்கள். சிகரெட் தேடுபவருக்கு அருகிலிருக்கும் பெட்டிக் கடை. பக்தனுக்குத் தூரத்துக் கோயில் மணி.

நாம் தேர்ந்தெடுப்பவை அனைத்தும் இப்படித்தான். புற உலகைச் சாடுவது சுலபமான செயல். ஆனால், அது ஒரு பலவீனமான தற்காப்பு. தன் வாழ்க்கையில் நிகழ்பவற்றுக்குத் தன்னை முழு காரணமாகச் சொல்ல மனம் அஞ்சுகிறது. "வாழ்க்கை அப்படியே ஓடிடுச்சு!" என்று சொல்வது எளிதாக இருக்கிறது.

"வாழ்க்கையை அப்படியே ஓட்டிட்டேன்!" எனும்போது ஒரு பாரத்தை ஏற்றி வைத்துக்கொள்வதைப் போல உணர்கிறோம். அதனால்தான் சட்டென எல்லாவற்றுக்கும் காரணங்கள் தயாராக வைத்திருக்கிறோம். "சேல்ஸ் ஜாப்... குடிப் பழக்கம் இயல்பு.", "கல்யாணத்துக்கு அப்புறம் வாசிப்பு நின்னு போச்சு."

ஆனால், ஒன்றை மாற்ற வேண்டும் அல்லது சீர்படுத்த வேண்டும் என்றால் இந்தப் பொறுப்புத் துறப்பு உதவாது. என் வாழ்க்கையில் நடப்பவற்றுக்குப் பெரிதும் காரணம் நான்தான் என்று நம்புவதை 'Internal locus of control' என்கிறது உளவியல். வெற்றியாளர்கள் பற்றி எல்லா நூல்களிலும் தவறாமல் சொல்லப்படுவது இதுதான். "என் வாழ்க்கையைச் செதுக்கும் சிற்பி நான்" என்ற நம்பிக்கைதான் முதல் சிந்தனை முதலீடு.

6

ஓடவும் முடியல, மோதவும் முடியலயே!

எல்லோரும் மன அழுத்தம் என்பதை ஒரு நவீன விஷயமாகப் பேசுகிறார்கள். இது ஆதி மனிதனாக இருந்த காலத்திலேயே நமக்கெல்லாம் இருந்த விஷயம்தான். நம் பெரிய அண்ணன் சிம்பன்ஸிகூட இதைப் பெரும்பாலும் அனுபவித்தவர்தான். ஒன்றும் புதிதில்லை. அப்படி என்றால் ஏன் தற்போது இவ்வளவு கூச்சல்? காரணம் உள்ளது. அதை விவாதிக்கும் முன், ஒரு சின்ன 'ஃப்ளாஷ் பேக்'. சில ஆயிரம் ஆண்டுகளுக்கு முன்னால் ஒரு அதிகாலைப் பொழுது.

குகையிலிருந்து ஆதி மனிதன் சோம்பலாய் வெளியே வருகிறான். எதிரில் வைத்தகண் வாங்காமல் ஒரு புலி உற்று நோக்கிக் கொண்டிருக்கிறது. ஆபத்தை உணர்ந்த ஒரு நொடியில் முடிவு செய்கிறான். ஒன்று சண்டையிட வேண்டும் அல்லது ஓடி விட வேண்டும். இந்த எண்ணம் வந்த அதே நொடியில் உடல் சக்தியைத் திரட்டுகிறது. சண்டையிட வேண்டுமானாலும் சரி, ஓட வேண்டுமானாலும் சரி, உடல் ஒத்துழைக்க வேண்டும்.

அதற்குக் கண் பார்வை கூர்மையாக வேண்டும். தசைகள் முறுக்கேற வேண்டும். தோல் தன்மை மாற வேண்டும். இதயம் அதிகமாகத் துடிக்க வேண்டும். இவை அனைத்தையும் நரம்பு மண்டலம் செய்து மனத்துக்கு சிக்னல் கொடுக்க வேண்டும். பிறகு மனம் ஆபத்தை ஆராய்ந்து புலி குட்டியாக இருந்தால் சண்டைக்குச் சென்று விரட்டவோ கொல்லவோ முடிவு செய்யும். பெரிய புலியென்றால் உயிரைக் காக்க மைல் கணக்கில் அத்தனைத் தடைகளையும் தாண்டி மர உச்சியிலோ சிறு குகையிலோ பதுங்க ஓட வேண்டும்.

"யெஸ் சார்!" இதை *Fight or Flight Response* என்பார்கள். ஒரு நெருக்கடி நிலையை உணர்ந்து உடல் ரசாயன மாற்றங்கள் செய்துகொள்வதைத்தான் *Stress Response* என்று பின்னர் அழைக்க ஆரம்பித்தனர். இதில் முக்கிய விஷயம் என்னவென்றால், இது மிகக் குறுகிய காலம் மட்டுமே உடலுக்கு நிகழும் மாற்றமாக இருந்தது. காரணம், புலி விரட்டப்பட்டவுடனோ புலிக்குத் தப்பிய பிறகோ உடல் பழையபடி தளர்வு நிலைக்கு உடனே திரும்பும். தசைகள் தளரும். தோல் சகஜ நிலைக்கு வரும். இதயத் துடிப்பு சீராகும்.

மனம் நிவாரணம் கண்டவுடன் பசி எடுக்கும். உறக்கம் வரும். மீண்டும் இயல்பு வாழ்க்கை திரும்பும்.

இங்குதான் நவீன வாழ்வில் சிக்கல் உள்ளது. இங்கு நெருக்கடிகள் பெரும்பாலும் உள்ளம் சார்ந்தவை. உடல்ரீதியான நெருக்கடி, உயிர் பயம் போன்றவை விலகியவுடன் இயல்புநிலைக்குத் திரும்பும். ஆனால், உளச் சிக்கல்கள் நீடித்து நிலைப்பவை. எப்படி? உங்கள் பாஸ் அனைவர் முன்னிலையிலும் மிக மோசமாக நீங்கள் செய்த வேலை குறித்துக் குறை கூறுகிறார். கடுமையான வார்த்தைகள் சொல்லித் திட்டுகிறார். உடல் உடனே அதே 'ஃபைட்- ஃப்ளைட் மோடு'க்குச் செல்லும். இதயம் துடிக்கும். ஜீரணம் தடைபடும். தசைகள் முறுக்கேறும். ஆனால், உங்களால் அங்கு சண்டையும் போட முடியாது. ஓடிப்போகவும் முடியாது. அனைத்தையும் விழுங்கிக்கொண்டு "யெஸ் சார்!" என்று வேலையைத் தொடர வேண்டும்.

உடலும் மனமும்

வீட்டிலும் இதே நிலைதான். தகாத சொற்களும், தர்க்கமில்லாச் சண்டைகளும் போடும் வாழ்க்கை. துணையிடமிருந்து ஓடிப் போகவும் முடியாது. எல்லா நேரத்திலும் சண்டை போடவும் முடியாது. இது தவிர, சமூகத்தில் காணும் ஒவ்வொரு நெருக்கடிக்கும் உடல் ஒரே விதமாகத்தான் எதிர்வினையாற்றுகிறது. பல இடங்களில் ஒன்றும் செய்ய முடியாமல் அந்த உணர்விலேயே பல மணிநேரம் தங்கிவிடுகிறோம். இயல்புநிலைக்குத் திரும்ப முடியாமல் நீடித்த மன உளைச்சல் நோய்களைக் கொண்டுவந்து குவிக்கிறது.

> கேள்வி: என் வயது 35. எனக்குத் தூக்கம் குறைந்துகொண்டே வருகிறது. மூன்று மணிநேரம்கூட இரவில் தூங்க முடிவதில்லை. மாத்திரை எடுக்கப் பயமாக இருக்கிறது. இரவைக் கடத்துவது எப்படி என்று தெரியவில்லை. மொபைல் பார்த்துக் களைப்பானாலும் தூக்கம் வருவதில்லை. தனியே வசிக்கிறேன். கணவர் அபுதாபியில் உள்ளார். தனிமையால்தான் தூக்கம் வரவில்லையா? என்ன சிகிச்சை எடுப்பது?
>
> பதில்: பசியும் தூக்கமும் ஆரோக்கியத்தின் அறிகுறிகள். உடலோ மனமோ எந்தப் பாதிப்பை எதிர்கொண்டாலும் அது இவ்விரண்டில்தான் முதலில் வெளிப்படும். இன்று அமெரிக்காவில் தூக்கத்துக்கும் துக்கத்துக்கும் கொடுக்கப்படும் மாத்திரைகளே அதிகமாக விற்கப்படுகின்றன.
>
> ஒரு மருத்துவரைப் பாருங்கள். உடல் அல்லது மனநோய் இல்லாத பட்சத்தில் இது வாழ்வியல் பிரச்சினை. தனிமை ஏதாவது ஒரு திரையைப் போதையாக்கிக் கொள்ளும். டி.வி அல்லது மொபைல். இன்று பெரும்பாலும் மொபைல். இதை Electronic Screen Syndrome என்று சொல்கிறார்கள். 10 மணிக்கு மொபைலைச் செயலிழக்கச்செய்துவிட்டு நிசப்தமும் இருளும் சூழ்ந்த அறையில் உறங்கச் செல்லுங்கள். தூக்கம் வராவிட்டாலும் பரவாயில்லை. அந்தத் தொடர் ஓய்வு தூக்கத்துக்கு இட்டுச்செல்லும்.

புலியை எதிர்கொண்ட ஆதி மனிதன் ஓடியோ சண்டையிட்டோ மன அழுத்தம் தந்த ரசாயனங்கள் சீர்பட உடல் உழைப்பைப் பயன்படுத்தினான். அன்று மன அழுத்தம் பற்றிய அறிவு அவனுக்கு இல்லை. ஆனால், அவன் வாழ்க்கை முறை அதைச் செய்ய வைத்தது. இன்று உடற்பயிற்சி பற்றி அனைத்தையும் படிக்கிறோம். ஆனால், அனைத்துக் காரியங்களையும் நடத்த இயந்திரங்களைக் கண்டுபிடித்துவிட்டோம். செய்கின்ற வேலைகளையும் ரோபோக்கள் பறிக்கச் சம்மதம் தெரிவித்துவருகிறோம்.

அதனால் ஒவ்வொரு மன உளைச்சல் தரும் சம்பவமும் உடலில் நோய்களாகும்வரை தங்கிவிடுகிறது. இதுதான் நவீன காலப் பிரச்சினை. அன்று அவனுக்கு உணவு பற்றிய கவலையும் உயிர் பற்றிய பயமும் மட்டும்தான் முக்கியமான மன அழுத்தம் தரும் காரணிகள். இன்று கண் விழித்தவுடனேயே பாஸ் முகம், ஈ.எம்.ஐ., கிரெடிட் கார்ட் பாக்கித் தொகை, தட்கல் டிக்கெட், முதுகு வலி, வாட்ஸ் அப் வதந்திகள் என மனம் சிதற, ஒவ்வொரு நெருக்கடி உணர்வும் உடலில் அமிலம் சுரக்க வைக்கிறது. மன அழுத்தங்களை உடல் உழைப்பால் சரி செய்யும் சூட்சுமம் அறிந்திருந்தான் ஆதி மனிதன். நாம் மனதுக்கும் உடலுக்கும் உள்ள தொடர்பை உள்ளே தேடாமல் மாத்திரை, மருந்துகள், இயந்திரங்கள் பொருட்கள், உறவுகள் என வெளியே தேடிக்கொண்டிருக்கிறோம்!

7

மனத்தைக் காட்டிக்கொடுத்துவிடும் உடல்!

ஒருவரைப் புரிந்துகொள்ளச் சிறந்த வழி அவர் உணர்ச்சி வசப்படும்போது அவரைக் கவனிப்பதுதான். இதுவும் ஓர் இயற்பியல் ஆய்வு போலத்தான். ஓர் உலோகத்தின் தன்மையை அறிய என்ன செய்ய வேண்டும்? அதை உடைத்துப் பார்க்க வேண்டும். அமிலத்தில் கரைத்துப் பார்க்க வேண்டும்.

தீயில் சுட்டுப் பார்க்க வேண்டும். மொத்தத்தில் அதன் இயல்பு நிலையை மாற்றியமைக்கும் போதுதான் அதன் தன்மை தெரியும். எவ்வளவு வளையும், எந்த வெப்பத்தில் உருகும், எப்படி உருமாறும் என்றெல்லாம் கணிக்க முடியும். இதே விதி மனிதர்களுக்கும் பொருந்தும். அமைதியான சூழலில், நிதானமான உணர்வில், யாவும் நன்கு நடைபெற்றுக்கொண்டி ருக்கும்போது அனைவரும் கிட்டத்தட்ட நன்றாகத்தான் தென்படுவார்கள்.

ஆனால், ஒரு சிக்கல் வந்து உணர்ச்சி வசப்படும் போதுதான் மூடிக்கிடந்த அத்தனை பரிமாணங்களையும் வெளிப்படுத்துவார்கள். விமான நிலையத்தில் இதை நான் அடிக்கடி பார்ப்பதுண்டு. உள்ளே நுழையும்போது கனவான்கள் அனைவரும் ஒன்று போலத்தான் தெரிவார்கள். விமானம் தாமதம் என்றதும் அவர்கள் ஒவ்வொருவரின் சுயரூபம் வெளிப்படும்.

சிக்கல் ஒன்றுதானே!

"நான் யார் தெரியுமா, கூப்பிடு உன் மேலதிகாரியை!" என்று அதிகாரம் காட்டுவார் ஒருவர். "நம்ம நாடு உருப்படவே உருப்படாது" என்று நமட்டுச் சிரிப்பு சிரிப்பார் இன்னொருவர். "யூ நோ ஏர்லைன்ஸ் இஸ் எ ப்ளீடிங் இண்டஸ்ட்ரி..." என்று விரிவுரை தொடங்கும் ஒரு புறம். "நம்ம ராசி அப்படி சார். கனெக்டிங் ஃபிளைட் பிடிச்ச மாதிரித்தான்" என்று நொந்துகொண்டு சிரிப்பார் ஒருவர். தகவல் தெரிந்தவுடனே எதுவும் பேசாமல் ஓரமாய்ப் போய்ப் படுத்து உறங்குவார் ஒருவர். அடுத்த செய்தி வரும்வரை இருப்புக் கொள்ளாமல் பிரசவ அறைக்கு வெளியே உள்ளது போலக் குறுக்கும் நெடுக்குமாய் நடந்துகொண்டே இருப்பார் ஒருவர்.

இங்கே சிக்கல் ஒன்றுதான். அதற்குக் கோபம், பயம், கழிவிரக்கம், நக்கல், சோர்வு என அவரவர் மனநிலைக்கு ஏற்ப நடந்துகொள்கிறார்கள். மனோதிடம் அதிகம் தேவையான பணிக்குரிய நேர்முகத் தேர்வில் கண்டிப்பாக மன உளைச்சலைத் தூண்டும் கேள்விகளைக் கேட்பார்கள். Stress interview என்றே இதைச் சொல்வதுண்டு. எவ்வளவு மறைத்தாலும் உடல் மொழியும் பதில்களும் ஒருவரின் மனஉறுதியை அல்லது உறுதியின்மையைக் காட்டிக் கொடுத்துவிடும். என்னைப் பொறுத்தவரை வாழ்வின் ஒவ்வொரு சிக்கலையும் ஒரு stress interview என்று நினைத்துக்கொள்ள வேண்டும். அப்போதுதான் ஒரு சிக்கலின்போது நம் உடலும் மனமும் எப்படி நடந்துகொள்கின்றன என்று கவனிக்க முடியும்.

நேர்முகத் தேர்வு முடிந்து வீட்டுக்கு வந்தவுடன் நமக்கு எல்லா ஞானோதயமும் வரும். "அந்த டென்ஷன்ல வார்த்தை வரல. கொஞ்சம் சொதப்பிட்டேன். அப்புறம் சமாளிச்சு பதில் சொன்னேன். ஏன் அவ்வளவு டென்ஷன்னு இப்ப புரியலை!"

உடலை உற்றுநோக்குங்கள். மனக்கிளர்ச்சியை உருவாக்கும் எல்லாச் சம்பவங்களிலும் உடல் கிட்டத்தட்ட ஒரே மாதிரியான மாற்றங்களைத்தான் செய்கிறது. நபருக்கு நபர் இது மாறும். ஒருவருக்கு அதிகமாகத் தலைவலி, சிலருக்கு வயிறு குழையும். சிலருக்கு மார்பு படபடக்கும். இப்படி உடலில் எந்த இயக்கம் பாதிக்கப்படும் என்பதில் மாறுபாடுகள் இருக்கலாம்.

ஆனால், ஒவ்வொரு மனிதருக்கும் மனக்கிளர்ச்சியின்போது உடல் மாற்றங்களில் ஒரு பொதுத் தன்மை உண்டு. இதை அறிந்தாலே நாளைக்கு உங்களுக்கு வரவிருக்கும் நோய்களைக் கண்டறியலாம். ஆனால், நம் பிரச்சினை என்னவென்றால் ஆரம்ப அறிகுறிகளை அலட்சியப்படுத்துகிறோம் அல்லது அமுக்கி வைக்க நினைக்கிறோம். இந்த வலி சொல்லும் செய்தி என்ன என்று யோசிக்காமல், எதைத் தின்று 'நிவாரணம்' கிடைக்கும் என்று ஓடுகிறோம். உடல் கிளர்ச்சி, மனக் கிளர்ச்சியின் தொடர்ச்சி என்பதைப் புரிந்துகொள்ளத் தவறிவிடுகிறோம். உடலை ஒரு உயிரில்லா ஜடப்பொருள் போலப் பகுதி பகுதியாய்ப் பிரித்து வைத்தியம் பார்க்க ஆரம்பித்துவிட்டோம். மனப் பிரச்சினைக்கும் உடலில் காரணிகள் தேடுவதைப் போல, உடல் பிரச்சினைகளுக்கு மனதில் காரணிகள் தேடுவதில்லை நம் மருத்துவர்கள்.

உங்களுக்கு வர வாய்ப்பிருக்கும் வியாதிகள் பற்றித் தெரிய வேண்டுமா? ஒரு வேலை செய்யுங்கள். பதற்றம் அடையும்போதெல்லாம் உடலில் எந்தெந்த மாறுதல்கள் ஏற்படுகின்றன என்று கூர்ந்து கவனித்துக் குறித்து வையுங்கள். எந்தச் சூழ்நிலையாக இருந்தாலும் சரி, பரவாயில்லை. உங்கள் உடலை உற்று நோக்குங்கள். உங்கள் உணர்வுகளை உங்களுக்குப் புரிய வைக்கும் ஆசான் உங்கள் உடல்.

கேள்வி: எவ்வளவு பொருள் வாங்கினாலும் திருப்தியாக இல்லை. சதா ஷாப்பிங் செல்வதும் செலவு செய்வதும் போதைபோலத் தோன்றுகிறது. எனக்குப் பெரிய சம்பளமும் இல்லை. எதை வாங்க வேண்டும், எதை வாங்க வேண்டாம் என்றும் புரிவதில்லை. எந்தப் பொருள் வசதியும் இல்லாத என் பெற்றோர் மகிழ்ச்சியாகத்தான் இருந்தார்கள். மால்களுக்குச் செல்வது ஒரு விதமான நோயா?

பதில்: உங்கள் கேள்வியிலேயே எல்லா பதில்களும் உள்ளன. உங்களுக்கு உள்ளே காலியாக இருப்பதை உணர்ந்துதான் பொருட்களாய் வாங்கி நிரப்புகிறீர்கள். அந்த வெற்றிடத்தைக் கவனியுங்கள். இதுவும் போதைபோலத்தான். வாங்கியதைப் பயன்படுத்துவதைவிட அடுத்ததை வாங்கத்தான் மனம் விரும்பும். தேவையில்லாத பொருட்களை வாங்க வைக்கத்தான் ஒரு பெரும் வணிகக் கலாச்சாரம் இங்கு உருவாகியுள்ளது. திருப்தியை விலை கொடுத்து வாங்க முடியாது. திருப்தி அடைந்தால் எதையும் விலை கொடுத்து வாங்கவும் அவசியம் இருக்காது. திருப்தி அடையப் பல உன்னத வழிகள் உள்ளன. அவற்றைக் கண்டுபிடியுங்கள்!

8

மனம் வாயிலாகப் பதிவுசெய்யும் உடல்!

எல்லா உடல் நோய்களுக்கும் மனம் ஒரு பெரும் காரணம் என இன்று மருத்துவ ஆராய்ச்சியாளர்கள் நிரூபித்து வருகிறார்கள். மனத்தின் பங்கு இல்லாமல் உடலில் எதுவும் நிகழாது என்று கூறலாம். அது நேரடியாகவோ மறைமுகமாகவோ இருக்கலாம். முழுமையாகவோ குறைவாகவோ இருக்கலாம். நிச்சயம் மனத்தின் பங்களிப்பு உண்டு. "எப்படி அப்படிச் சொல்ல முடியும்? மழையில் நனைந்து காய்ச்சல் வருகிறது. ஊரெல்லாம் தொற்று நோய் பரவி வந்து உங்களையும் தாக்குகிறது.

அல்லது சாலை விபத்து நடக்கிறது. இதெல்லாம் வெளிப்புறக் காரணங்கள் இல்லையா?" என்று கேட்கலாம். ஒரு லட்சம் பேர் மீது பொழியும் மழையில் சில நூறு பேருக்கு மட்டும் ஏன் காய்ச்சல் வருகிறது? அது அவரவர் நோய் எதிர்ப்பு ஆற்றலைப் பொறுத்தது என்று சொல்லலாம். நோய் எதிர்ப்பு ஆற்றலில் மனத்தின் பங்கு அதிகம் என்று இன்று Psycho - Immunology தெளிவுபடுத்துகிறது.

இதைக் கவனித்தீர்களா?

விபத்துக்கு ஆளாவோர் பற்றிய உளவியல் ஆராய்ச்சிகள் Accident Prone Behaviour என்ற ஒன்றைப் பற்றி விரிவாகக் கூறுகிறது. மருத்துவ ஆராய்ச்சிகள்கூடச் சராசரிகளை வைத்துதான் முடிவுகளைப் பொதுமைப்படுத்துகின்றன. ஆனால், விதிவிலக்குகளைத் தீவிரமாக ஆராயும்போதுதான் உளவியல் காரணங்கள் தெரியவரும்.

உதாரணத்துக்கு, ஒரு மருந்தைப் பரிசோதிக்கும் மருத்துவர்கள் பொதுவாக நோயாளிகளை இரண்டு குழுக்களாகப் பிரிப்பார்கள். ஒரு குழுவுக்கு மருந்தைக் கொடுப்பார்கள். இன்னொரு குழுவுக்குச் சிகிச்சை அளிக்காமல் சற்று தாமதிப்பார்கள் அல்லது மாற்று சிகிச்சை தருவார்கள். ஒரு குறிப்பிட்ட காலத்துக்குப் பின்னே நோயின் வீரியத்தை இரண்டு குழுவிலும் கணக்கிடுவார்கள்.

மருந்து அளிக்கப்பட்ட குழுவில் 100-க்கு 75 பேருக்கு நோய்த் தன்மை குறைந்திருந்தால் அதை வீரிய மருந்து என்று ஒப்புக்கொள்வார்கள் என்று வைத்துக்கொள்வோம். ஆனால், அவர்கள் கவனிக்கத் தவறும் இரண்டு விஷயங்கள் உள்ளன. ஒன்று, மருந்து கொடுக்கப்பட்ட குழுவில் நோய்த்தன்மை குறையாத 25 பேருக்கு இடையிலான பொதுத்தன்மை என்ன? இரண்டாவது, மருந்து கொடுக்கப்படாத குழுவிலும் நோய்த்தன்மை குறையும் 10 பேருக்கு எது பொதுவானது? இங்குதான் நம்பிக்கைகளின் நோய் எதிர்ப்புத்தன்மை புலப்படுகிறது.

இதை *Placebo Effect* என்று சொல்வார்கள். வெறும் தண்ணீரை மிக வீரிய மிக்க மருந்து என்று கூறிக் கொடுக்கும்போது நோய் சரியாவதைப் பல முறை நிரூபித்துள்ளார்கள். அதேபோல நோய் பயத்தினாலும் எதிர்மறையான அணுகுமுறையாலும் நல்ல சிகிச்சை கூடப் பலன் அளிக்கத் தாமதமாகிறது. இதை *Nocebo Effect* என்பார்கள்.

உணர்வும் உடலும்

நம்பிக்கை சார்ந்த மாற்று சிகிச்சை முறைகள் எல்லாமும் முதலில் நோயாளியை மனதளவில் நன்கு போஷிக்கின்றன. பெரும் ஆறுதல் வார்த்தைகள் அங்கு அளிக்கப்படுகின்றன. ஆழ்மன அளவில் நோய் சரியாகும் என்ற நம்பிக்கையை விதைக்கின்றன. பலன் அடைந்தவர்களின் சாகசக் கதைகளைக் காண வைக்கின்றன. இவை அனைத்தையும் மனம் வாயிலாக உடல் பதிவு செய்துகொள்கிறது. அதனால்தான் நம் மேல் மனத்தில் தர்க்கரீதியாக ஒப்புக்கொள்ள முடியாத வழிமுறைகளைக்கூட, ஆழ்மன நம்பிக்கைகள் மூலம் ஒப்புக்கொள்கிறோம். அதன் பலன்களை உணரும்போது தர்க்கத்தைக் கழற்றி வைத்துவிட்டு நிவாரணத்தை மட்டும் ஏற்றுக்கொள்கிறோம்!

இதற்கு நேரெதிரான ஒன்றையும் அடிக்கடி பார்க்கிறோம். பெரும்பான்மையோருக்கு வெற்றிகரமாக நிவாரணம் தரும் ஒரு மருத்துவ சிகிச்சைகூடச் சிலருக்குப் பலன் அளிப்பதில்லை. அதனால்தான் எந்த வைத்தியரும் எந்த நோய்க்கும் உறுதியான வாக்குறுதி தருவதில்லை. காரணம் உடல் என்பது எலும்பும் சதையும் ரத்தமும் நரம்பும் மட்டுமல்ல. மனத்தின் தன்மை ஒவ்வொரு உடல் அணுவிலும் உறைந்து இருப்பவை.

உணர்வின் தன்மையால் உடல் எப்படியெல்லாம் மாறும் என்பதற்கு வைத்தியச் சான்றுகள் எல்லாம் தேவையில்லை. தினசரி வாழ்க்கையில் ஆயிரம் அனுபவங்களை நாமே காண்கிறோம். நல்ல பசியுடன் சாப்பிடும்போது சாம்பாரில் செத்த பல்லி கிடப்பதாகச் சொல்கிறார் நண்பர். குடலைப் புரட்டிக் கொண்டு வாந்தி வருகிறது. பின்னர் நண்பர் 'எல்லாம் கிண்டலுக்கு' என்று ஆயிரம் சொல்லியும் உணவு உண்ண முடியவில்லை.

நெருங்கிய உறவினர் இறந்தவுடன் இரவு முழுக்கத் தூக்கமில்லை. இப்படி ஒவ்வொரு உணர்வும் உடலை மாற்றி அமைத்துக்கொண்டே இருக்கின்றன. மகிழ்ச்சி உடலை இலகுவாக்குகிறது. அழுத்தமும் நெருக்கடியும் உடலை நோய்களுக்குத் தயார்படுத்துகின்றன.

உணர்வுகள் நோய்களை உருவாக்குகின்றன என்பது உண்மை என்றால், அந்த நோய்களைக் குணப்படுத்தும் ஆற்றலும் உணர்வுகளுக்கு உண்டு என்பது உண்மைதானே! அப்படி என்றால் உடல் தன்மையைச் சீராக்க அதற்கேற்ற உணர்வு நிலைகளை உருவாக்கிக்கொள்ள வேண்டும்.

உணர்வுகளைத் தோற்றுவிக்கும் எண்ணங்களைத் தேர்ந்தெடுத்து கையாள வேண்டும். சுருக்கமாகச் சொன்னால், மனம் ஏற்படுத்தும் சேதாரத்தை மனத்தைக்கொண்டே நிவர்த்தி செய்துகொள்ள முடியும். இந்தச் சுய சிகிச்சைக்கு மனப் பயிற்சி அவசியமாகிறது.

9

மனமாற்றம் என்பதே எண்ண மாற்றம்தான்!

உணர்வு நிலைகளை மாற்றினால் உடல்நிலை மாறும் என்று சொன்னேன். இதை ஆமோதித்தாலும் முழுமையாக ஏற்றுக்கொள்வதில் சிரமங்கள் இருக்கலாம். எல்லா உடல் நோய்களையும் உணர்வுகளை மாற்றினாலே சரியாக்கலாம் என்பதுதான் உண்மை. நோய்கள் மட்டுமல்ல; நம் வாழ்வின் எல்லாப் பிரச்சினைகளையும் உணர்வுகளைக்கொண்டு சீர் செய்யலாம்.

வாழ்வின் மிகச் சிறிய சம்பவங்கள் கூட உணர்வுநிலைகளை மாற்றி அமைக்கும். ஒரு பூங்காவில் காத்திருக்கிறீர்கள். காலை மணி 8. வெயில் ஆரம்பிக்கிறது. அது உங்கள் முகத்தில் படுகிறது. எப்படி இருக்கும்? அதை உங்கள் உணர்வுநிலைதான் முடிவு செய்கிறது. உங்கள் காதலி வருகைக்காக காத்திருக்கிறீர்கள். மனத்தில் ஒரு எதிர்பார்ப்பும் ஏக்கமும் உள்ளது. பூங்கா சூழல் கவிதையை யோசிக்க வைக்கும். வெயில இதமாக முகத்தை வருடுவதாகத் தோன்றும்.

உங்கள் கடன்காரன் உங்களிடம் பாக்கி வசூலிக்க வருகிறான். எப்படிச் சமாளிப்பது என்று தெரியாமல் நிற்கிறீர்கள். பயமும் எரிச்சலும் சுயபச்சாதாபமும் கலந்து நிற்கிறீர்கள். இப்போது பூங்கா ரம்மியமாகத் தெரியவில்லை. முகத்தில் படும் வெயில் சுள்ளென்று எரிகிறது. உணர்வுகள் வண்ணக் கண்ணாடிகளாக உங்கள் அனுபவங்களை மாற்றிக் காண்பிக்கும் வல்லமை படைத்தவை என்பது இப்போது புரிகிறதா.

சினமும் கருணையும் உண்டாக்கும் எண்ணங்கள்

அது சரி, இந்த உதாரணங்களில் உணர்வுகளைத் தீர்மானிப்பது சம்பவங்கள்தானே. உணர்வுகளை எப்படிக் காரணமாக்க முடியும் என்று கேட்கிறீர்களா? அப்படியென்றால் எல்லாவற்றுக்கும் காரணம் வாழ்க்கையில் நாம் எதிர்கொள்ளும் சூழ்நிலைகளே என்று தோன்றினால் 'பொறுப்புத் துறப்பு' என்ற நம் பழைய அத்தியாயத்தைத் திரும்பவும் படியுங்கள். "எது நடப்பினும் அதற்கு நான் பொறுப்பு" என்ற எண்ணம் வலுப்பெறும்.

சூழ்நிலைகள் நம் உணர்வுகளை நேரடியாகப் பாதிப்பதில்லை.

அதைச் சமைத்துக் கொடுப்பவை நம் எண்ணங்கள். சூழ்நிலைகளுக்குப் பொருள்கொடுத்து அதற்கேற்ப உணர்வுகளை அடையாளப்படுத்தும் வேலையை நம் எண்ணங்கள் தொடர்ந்து செய்கின்றன. "இது உன்னைச் சிறுமைப்படுத்துகிறது. சினம் கொள்" என்று கோபத்தைத் தூண்டுவது நம் எண்ணம்தான். "உன் மேல் எத்தனை அன்பு இருக்கிறது பார். பாவம், இயலாமையில் அப்படிப் பேசிவிட்டாள்" என்று கருணையைத் தூண்டுவதும் நம் எண்ணம்தான். "இது பெரும் ஆபத்து" என்று புரிந்தவுடன் பயம் வருகிறது. "இது பெரும் இன்பக்கிளர்ச்சி" எனும்போது மனம் குதூகலம்கொள்கிறது. "என்னை விடச் சிறந்தவனா இவன்?" என்று ஒப்பிடுகையில் மனம் பொறாமைகொள்ளும்.

இப்படி ஒவ்வொரு உணர்வையும் சொடுக்கிவிட்டு வேலை வாங்கும் எஜமானன் எண்ணம்தான். அதனால்தான் எண்ணங்களைத் தொடர்ந்து கண்காணிப்பது அத்தனை அவசியமாகிறது.

இந்தக் காரணத்தால்தான் எதை மாற்ற வேண்டுமென்றாலும் உங்கள் எண்ணத்தை மாற்றுவது முதல் வேலையாகிறது. மனமாற்றம் என்பதே எண்ண மாற்றம்தான். காரணம் உணர்வுகளை நேரடியாக மாற்றுவது மிக மிகக் கடினம். ஆனால், எண்ணத்தை மாற்றி அதன் மூலம் உணர்வுகளை மாற்றுவது சுலபம். எல்லா நடத்தை மாற்றங்களுக்கும் விசை எண்ணங்களே!

விலகுதல் பழகு!

மதம் உங்கள் இறை நம்பிக்கை பற்றிய எண்ணங்களை மாற்றி அமைக்கிறது. அரசியல் கட்சி உங்கள் கொள்கைகள் பற்றிய எண்ணங்களை மாற்றி அமைக்கிறது. மருத்துவம் உங்கள் நோய் பற்றிய எண்ணங்களை மாற்றி அமைக்கிறது. திருமணம் உங்களைப் பற்றிய எண்ணங்களையே மாற்றி அமைக்கிறது. இப்படி ஒவ்வொன்றும் உங்கள் எண்ணங்களைத்தான் தொடர்ந்து மாற்றி அமைக்கிறது. இதனால் தான் நம் எண்ணங்களைப் பாதிக்கும் விஷயங்கள் எவை எவை என்று யோசித்து அவற்றைத் தேர்வு செய்து கொள்வது அவசியம்.

இதை அறிந்ததால்தான் துறவிகள் எதை உண்பது, எதைக் காண்பது, எப்போது பேசுவது, எப்போது விலகியிருப்பது என்பதில் மிகுந்த கவனமாக இருக்கிறார்கள்.

நாம் துறவு வாழ்வு வாழாவிட்டாலும், நம்மை அதிகம் தாக்கும் எதிர்மறை எண்ணங்களின் ஊற்று எவை என்பதை அறிந்து அவற்றிலிருந்து விலகியிருப்பதை முதல் படியாகக் கொள்ளலாம்.

ஒரே ஒருநாள் வாட்ஸ் அப் செய்தி சேனல்கள் பார்க்காமல், வம்பு பேசும் நட்புகளிலிருந்து சற்று விலகியிருந்து பாருங்களேன். உங்கள் எண்ணங்களைத் தள்ளியிருந்து பார்க்கும் அரிய சந்தர்ப்பம் கிடைக்கலாம்.

மாதத்தில் ஒருநாள் 'Phone Fasting' செய்யலாம். மொபைல் இல்லாத அந்நாள் ஒரு புது அனுபவமாக இருக்கும். மலையேற்றத்தின்போது அல்லது காடு வழியே செல்லும்போது உங்களுக்கு சிக்னல் கிடைக்காமல் போன் வேலை செய்யாதபோது இந்த அனுபவத்தை உணர்ந்திருப்பீர்கள். புறத் தாக்குதல்கள் இல்லாது உங்கள் எண்ணங்களைக் கவனிப்பதும் ஒரு தியான அனுபவமே!

10

விழக் கூடாதுன்னு நெனச்சா விழத்தான் செய்வோம்!

எண்ணங்களை மாற்றினால் எல்லாமே மாறிவிடும் என்று தெரிகிறது. ஆனால், அதை அன்றாட வாழ்க்கையில் முக்கியமான தருணங்களில் மறந்துவிடுகிறோம். எல்லா எண்ணங்களும் நல்லவை என்று நம்பிவிடுகிறோம். மோசமான எண்ணத்துக்கான மோசமான பலன்கள் வரும்போது, "இது எப்படி நிகழ்ந்தது?" என்று ஆச்சரியமாகக் கேட்கிறோம். நம் எண்ணங்கள்தாம் நம் வாழ்க்கையை நிர்ணயிக்கும் பெரும் காரணிகள் என்றால் அதை ஏன் கவனித்துச் சீராக்கத் தவறுகிறோம்?

"நடக்கக் கூடாது என்று நினைப்பதுதான் நடக்கிறது!" என்பது எவ்வளவு செறிவான தன்னிலை விளக்கம் பாருங்கள். இதை ஆராயுங்கள். கவுண்டமணி-செந்தில் வாழைப்பழ காமெடிபோல இதை வசனமாக ஓட்டிப் பார்க்கலாமா?

"அண்ணே, நான் நடக்கக்கூடாதுன்னு நினைச்சா மட்டும் அதுவே நடந்துடுதுண்ணே...எப்படி?"

"அடேய்.. நீ என்ன நினைச்சே சொல்லு!"

"வண்டி ஓட்டும்போது விழாம ஓட்டணும்னு நினைச்சேன். ஆனா விழுந்துட்டேன்!"

"நீ 'விழுந்துடக் கூடாது'ன்னு தானே நினைச்சே, அதான் நீ நினைச்ச மாதிரி விழுந்துட்டே!"

"அண்ணே, நான் விழாம ஓட்டணும்னு தானே நினைச்சேன். ஆனா விழுந்துட்டேன். எப்படிண்ணே?"

"அதுதான்டா. நீ விழுறத பத்தி நினைச்சே. அதுவே நடந்துடுச்சு!"

நிஜமான மாயை

எதை வேண்டாம் என்று யோசிக்கிறோமோ அதுதான் கரு. ஆகக் கூடாது என்பது உள் நோக்கம். ஆனால், மனத்தின் கற்பனை ஓட்டத்தில்

நிகழ்வது எதை வேண்டாம் என்று நினைக்கிறோமோ அதுதான். அது உள் மன ஆற்றலிலும் உடலின் ஒவ்வொரு அணுவுக்கும் இந்தச் செய்தியைப் பலமாகக் கொண்டுசெல்கிறது.

அது நடப்பதற்கான சூழலை உங்கள் மனம், உடல், உங்களைச் சுற்றிய பிரபஞ்ச சக்தியும் ஏற்படுத்தும். இது ஒன்றும் மாந்திரீகம் அல்ல. மிக எளிய அறிவியல் உண்மை.

உங்கள் எண்ணம் ஒரு படமாகத்தான் உள்மனத்தில் பதிவுசெய்யப்படுகிறது. அச்சு எழுத்துகளால் அல்ல. அதனால் காட்சி வடிவத்துக்கு உண்மையா பொய்யா, நன்மையா தீமையா என்ற பாகுபாடு கிடையாது. எண்ணங்களைக் கற்பனையில் சம்பவங்கள்போல ஓட்டிப் பார்ப்பது மனத்தின் வேலை. திரைப்படம் பார்க்கும்போதுகூட உணர்ச்சிவசப்படுவது இதனால்தான். கண் முன்னால் நடப்பது மாயை என்றாலும் உடலும் மனமும் அதை நிஜம்போலத்தான் பாவிக்கின்றன.

எதிர்மறையான நேர்மறை தேவையா?

ஒரு படத்தைவிட ஆயிரம் மடங்கு வீரியம்கொண்டவை எண்ணங்களால் தயாராகும் உள்மனப்படங்கள். காரணம் அவை ஒரே காட்சியைப் பலமுறை ஓட்டிப் பார்க்கும். ஏன்? ஒரே எண்ணத்தைத்தானே நாம் பலமுறை நினைத்து நினைத்துப் பார்க்கிறோம்.

“பையன் ஃபெயிலாகக் கூடாது. அது ஒண்ணுதாங்க என் எண்ணம்.”,

கேள்வி: எனக்கு வயது 20. வாழ்க்கையில் எதிலும் கமிட் ஆகவும் பயமாக உள்ளது. இதனால் எந்த முடிவையும் எடுக்க முடியவில்லை. படிப்பு மட்டுமல்ல வாழ்க்கையில் எதிலுமே பிடிப்பு இல்லை. அதேநேரம் வருங்காலத்தில் என்ன செய்யப் போகிறோம், நேர விரயம் ஆகிறதே என்ற பயமும் உள்ளது. நிறைய யோசித்து எதையும் செய்யாமல் இருப்பதுபோல உணர்கிறேன்.

பதில்: இது இந்தத் தலைமுறையின் குணம் என்றுகூடச் சொல்லலாம். தனக்கு எது வேண்டும் என்று தெரியாதவரை எதையும் செய்யாமல் இருப்பது, தவறாக முடிவு எடுத்துவிடக் கூடாது என்று முடிவெடுப்பதைத் தள்ளிப்போடுவது, தனியாக யோசித்துக் குழம்புதல் போன்றவை. இதனால்தான் எதிலும் ஒத்துப்போகச் சிரமப்படுகிறீர்கள். குடும்பம், கல்லூரி, ஊர், நட்புவட்டம் என எதிலும் சமரசம் செய்யாமல் தானாக ஒரு முடிவு எடுக்க வேண்டும். அது சரியாகவும் இருக்க வேண்டும் என்ற பதற்றம்.

இவையே இதற்குக் காரணிகள். வாழ்க்கை ஒரு இலக்கை நோக்கி ஓடுவதல்ல. போகும் பாதையை ரசிப்பது. தன் வாழ்க்கைக்குக் குறிக்கோள் கிடைக்காவிட்டால் பரவாயில்லை எனப் பிறர் வாழ்க்கைக்கு உதவலாமே. இன்று சேவைதான் சிறந்த உதவி. உங்களை மறந்து பிறரைக் கவனத்தில் கொள்ளுங்கள். உங்களுக்கென ஆயிரம் கதவுகள் திறக்கும்.

“யார் கையையும் எதிர்பார்க்காமல் கடைசிவரைக்கும் இருக்கணும்.”, “சொதப்பாம மேடையில பேசணும்.”, “பாஸ் இல்லைன்னு சொல்லிட்டா அடுத்த பிளான் என்ன செய்ய?” இவை அனைத்தும் நேர்மறையான எண்ணங்கள்தாம். ஆனால், வார்த்தைகளில் எதிர்மறையாக வெளிப்படுபவை. மனமும் இதற்குத் திரை வடிவம் கொடுத்தால் “வரக் கூடாது” என்கிற அந்தக் காட்சியை ஓட்டிப் பார்க்கும். உடலும் மனமும் அந்த எதிர்விளைவுக்குப் பழக்கப்படும். பிறகு அவை வாழ்க்கைத் தத்துவங்களாய் உருவெடுக்கும். “நம்ம நினைச்சது எது நடக்குது சொல்லுங்க...!”, “பயந்த மாதிரியே ஆகிப் போச்சு பாரு!.”

நான் பலமுறை சொல்லும் உதாரணம் இது. கண்ணாடி டம்ளரில் தண்ணீரை வழிய வழிய எடுத்துக்கொண்டு மெல்ல நடந்து வருகிறது ஒரு குழந்தை. உடனே, “கீழே விழுந்து கண்ணாடி டம்ளர் உடைந்து அடிபடுமோ” என்ற எண்ணமும் ஒரு சித்திரமும் உங்கள் மனத்தில் ஓடுகின்றன. “கீழ போட்டுறப் போற... பாத்து!!” என்று அலறுகிறீர்கள். உங்கள் நோக்கம் குழந்தையின் பாதுகாப்புதான். ஆனால், நீங்கள் “கீழ போட்டுறப் போற... பாத்து!!” என்றவுடன், அதுவரை நம்பிக்கையோடு சென்ற குழந்தை, “கீழே போட்டால் அடி உறுதி” என்ற எண்ணத்தின், உள்மனத் திரையாக்கத்தின்

விளைவால் கூடுதல் பிடியுடன் டம்ளரை இறுக்க, அது நழுவிக் கீழே விழுந்து உடைகிறது.

உடனே நீங்கள் சொல்வீர்கள். "நான் சொன்ன மாதிரியே நடந்துச்சு பாத்தியா?" (உண்மையில் நீங்கள் உங்கள் எண்ணத்தால் புரிந்த சாதனைதான் அது! அதோடு நிற்குமா நம் எண்ணம்? குழந்தைக்குப் புத்திமதி சொல்லும்; "உனக்கு ஏன் இந்த வேலை. உன்னால இது முடியுமா? அதிகப்பிரசிங்கித்தனம் கூடாது!."

குழந்தைக்கு இந்தப் புத்திமதி சொன்னவர்கள் சில வருடங்கள் கழித்துப் புகார் சொல்வார்கள்:

"சொல்லாம எந்த வேலையையும் செய்ய மாட்டான்!"

சரி, இந்த கேசில் அந்த பயமும் பதற்றமும் நியாயம்தானே, என்ன சொல்லியிருந்திருக்கலாம்? "ஒரு கையைக் கீழே கொடுத்து டம்ளரைப் பத்திரமா எடுத்துட்டுப் போ..ஆ... அப்படிதான் சூப்பர்!" இப்போது நாம் அந்தக் குழந்தைக்கு அளிக்கும் எண்ணமும் கற்பனைச் சித்திரமும் முற்றிலும் நம்பிக்கை அளிப்பவை.

காதல் முதல் வேலைவரை பல கல்லூரிகளில் பேசும்போது இளைஞர்கள் என்னிடம் அதிகம் கேட்கும் கேள்வி இதுதான். "பயம், தாழ்வு மனப்பான்மையைப் போக்குவது எப்படி?" காதல் முதல் வேலைக்கான நேர்காணல்வரை மனத்தில் உள்ளதைச் சரியாகச் சொல்ல இயலாமல் தடுப்பவை அவர்களின் எண்ணங்களே. இதைப் பல கூட்டத்திலும் தனிநபர் ஆலோசனையிலும் தொடர்ந்து சொல்லிவருகிறேன். "ஏன் தாழ்வு மனப்பான்மை?" என்று கேட்டால் பெரும்பாலான காரணங்கள் என்னென்ன?

"எனக்கு இங்கிலீஷ் பேச வராது.", "கிராமத்தில படிச்சதாலே முன்னேற முடியலை" என்பது போன்ற மிக வலிமையான எதிர்மறை எண்ணங்கள். இவை எத்தனை காலம் எத்தனை படங்களை உள் மனத்திரையில் ஓட்டியிருக்கும், இவ்வளவு வலிமைபடைத்த எண்ணங்களை மாற்ற முடியுமா, என்ன?

முடியும். முள்ளை முள்ளால் எடுப்பதுபோல, எண்ணத்தை எண்ணத்தால் சரி செய்யலாம்!

11

அநேகக் கவலைகள் அநாவசியம்!

ஒரு நாளைக்குச் சராசரியாக 60 ஆயிரம் எண்ணங்கள் நம் மனத்தில் வந்து போகும் என்று ஒரு கணக்குச் சொல்கிறார்கள். இந்த எண்ணிக்கை சரியா என்று வரும் எண்ணங்களை எண்ணிக்கொண்டிருக்க முடியுமா என்ன? என்னைக் கேட்டால் மனத்தில் தோன்றும் எண்ணங்கள் தலைமுறைக்குத் தலைமுறை அதிகமாகிக்கொண்டிருக்கின்றன. கணக்கு என்னவாக இருந்தாலும் அதிக எண்ணங்கள் ஆரோக்கியமானவையல்ல. காரணம் நம் எண்ணங்களில் பெரும்பாலானவை எதிர்மறையானவை.

ஒரு குழந்தை வளரும் முதல் ஆறு ஆண்டுகளில் பெற்றோரிடமிருந்து வரும் செய்திகளில் 80 சதவீதம் எதிர்மறையானவை என்கின்றனர் உளவியலாளர்கள். அத்தனை பாசமும் பரிவும் கொண்ட பெற்றோர்களே தாங்கள் உயிராகக் கருதும் குழந்தை குறித்து உயர்ந்த நோக்கங்களைக் கொண்டிருந்தாலும், தங்களை அறியாமல் எதிர்மறை செய்திகளைத்தான் அதிகம் தருகிறார்கள்.

எப்படி? “நீ சாப்பிடலேன்னா பூச்சாண்டி பிடிச்சிட்டு போயிடுவான்” என்று ஆரம்பித்து ஒவ்வொரு செயலையும் செய்ய வைக்க அச்சத்தைப் பயன்படுத்துகிறோம். ஒவ்வொரு நிர்வாக வழிமுறையும் அச்சத்தை வைத்துதான் காரியம் சாதிக்கிறது. “படிக்கலேன்னா நீ நடு ரோட்டுல நிப்பே”, “கணக்கு தெரியாமல் உருப்பட முடியாது”, “இந்த மார்க்க வச்சிட்டு எந்த கம்பெனியும் வேலை கொடுக்காது”, “ஒரு வீடுகூட இல்லை; எப்படிப் பொண்ணு கொடுப்பாங்க?” இப்படி நிறைய சொல்லிக்கொண்டே போகலாம்.

வீணான கவலை

இன்னொரு விஷயமும் சொல்கிறார்கள். 60 ஆயிரம் எண்ணங்கள் என்றால் 60 ஆயிரம் தனி எண்ணங்கள் அல்ல அவை. ஒரே எண்ணத்தைதான்

பல ஆயிரம் முறை ஓட்டிப் பார்க்கிறோம் என்று சொல்கிறார்கள். கவலையும் குழப்பமும் உள்ள போதுதான் மனம் ஒரே எண்ணத்தை ஓட்டி ஓட்டிப் படம் பார்க்கும். உதாரணத்துக்கு, ஒரு மாணவன் தன் வகுப்பில் பிரசன்டேஷன் கொடுக்க வேண்டும். மேடையில் ஏறி உரை நிகழ்த்துவது என்பது பற்றிய பயமும் பதற்றமும், அது பற்றிய தீவிர யோசனைகளைக் கொடுக்கும்.

"ஆசிரியர் கேள்வி கேட்டு டார்ச்சர் பண்ணுவார்", "தோழிகள் முன்னாடி மானம் போகும்!", "சகாக்களே காலேஜ் முழுக்கச் சொல்லிக் கலாய்ப்பார்கள்", "இங்கிலீஷ் வார்த்தை திடீர்னு வராது", "மைக் பிடிச்சாலே கை நடுங்கும்", "தப்பிக்க முடியாம மாட்டிக்கிட்டோமே...!"

> **கேள்வி:** எனக்கு வயது 22. என்னால் படிப்பில் கவனம் செலுத்த முடியவில்லை. எப்போதுமே காதல் அல்லது காமம் பற்றிய சிந்தனைகள் வந்துகொண்டே இருக்கின்றன. செயலளவில் எதுவுமில்லை. இவற்றைப் பற்றி சிந்திப்பது தவறு என்று அவற்றைச் சிந்திப்பதைத் தவிர்க்க எவ்வளவு முயறாலும் அவையே மேலோங்கி உள்ளன. குற்ற உணர்வும் நாளுக்கு நாள் அதிகரித்துக்கொண்டே போகிறது. எப்படி என்னுடைய எண்ணங்களை மாற்றுவது?
>
> **பதில்:** உங்களுக்குத் தோன்றும் எண்ணங்கள் இயல்பானவை. தீயவை அல்ல. குற்ற உணர்வுக்கு அவசியமில்லை. ஆசையும் இயலாமையும் உங்களை ஆக்கிரமித்துள்ளன. இந்த எண்ணங்களையும் உணர்ச்சிகளையும் சாதாரணமாக எடுத்துக்கொள்ளுங்கள். இந்த எண்ணங்களை எப்படியாவது தடுத்துவிட வேண்டும் என்ற முயற்சியில் இறங்குவதற்குப் பதிலாக, வேறு செயல்களில் உங்கள் நேரத்தையும் சிந்தனையையும் செலுத்துங்கள். உடல் உழைப்பைக் கோரும் விளையாட்டுகள் சிறப்பானவை.

இந்த எண்ணங்கள் இரவு முழுவதும் ஆயிரம் முறை தோன்றும். கடைசியில் கல்லூரிக்கு லீவு போடுவதில் முடியும். பின்னோக்கிப் பார்த்தால், விடிய விடிய கவலைப்பட்டது அனைத்தும் வீண்தானே?

எண்ணங்களை குறைக்கும் சூட்சுமம்

ஒரு செய்தி தெரியுமா? கவலைகளில் பல தேவை இல்லாதவை, நடக்காதவை. அர்த்தம் இல்லாதவை. ஆனால், அது தெரியாமல் வாழ்க்கையே ஸ்தம்பிக்கும் அளவுக்குக் கவலைப்படுவது மனித இயல்பு. சில வருடங்களுக்கு முன்னால் கவலைப்பட்ட விஷயத்தை இன்று நினைத்தால் சிரிப்புதான் வரும். அதனால், கவலை, குழப்பம், பதற்றம், பயம், கோபம் போன்ற எதிர்மறை உணர்வுகள் அனைத்தும் எதிர்மறை எண்ணங்களை திரும்பத் திரும்பக் கொண்டு வந்து குவிக்கும்.

இதற்கு மாறாக நேர்மறையான உணர்வு எண்ணங்களை மிகச் சிக்கனமாகப் பயன்படுத்தும். ஒருவர் செய்த நல்லதை நினைக்கிறீர்கள். உங்கள் நல்ல எண்ணங்கள் அதிகபட்சம் சில நிமிடங்கள் நீடிக்கலாம். ஆனால், ஒருவர் செய்த துரோகத்தை நினைத்துப் பாருங்கள். விடிய விடிய எதிர்மறை எண்ணங்கள் வந்து போகும்.

இதை இன்னொரு நிலையில் யோசித்துப் பார்த்தால், மிக மேலான உணர்வு நிலைகள் எண்ணத்தை முழுவதுமாக நிறுத்திவிடும். ஒரு பேரெழில் காட்சி உங்களை ஸ்தம்பிக்க வைக்கும். காதல் வசப்பட்டவுடன் எல்லா நினைவுகளும் அழிந்துபோய், அந்த உணர்வே மேலிடும்.

மனத்தைக் கொள்ளை கொள்ளும் இசை பேரானந்தத்தைத் தரும், மெய் மறக்கச் செய்யும். மனம் ஒப்பி செய்யும் வேலை வீடு, வாழ்க்கை, வேலை சார்ந்த மனிதர்கள் என எதையும் யோசிக்க விடாது. எண்ணங்களுக்கும் வார்த்தைகளுக்கும் சிக்காத மேலான உணர்வு மனிதனை விடுதலை தருகின்றன. தீவிர பக்தி இறை சிந்தனை தவிர வேறொன்றும் அறியாதது. தீவிர வாசிப்பு மற்ற சிந்தனைகளுக்கு இடம் கொடுக்காது. இப்படி ஒரு உணர்வில் அல்லது உணர்வு தரும் செயலில் மனம் லயிப்பதுதான் எண்ணங்களைக் குறைப்பதன் சூட்சுமம்.

தன்னை மறந்திருப்போம்!

பதஞ்சலி முனிவர் யோக சூத்திரத்தில் யோக நிலையை 'சித்த விருத்தி நிரோதா' என்று வர்ணிக்கிறார். எண்ணங்களைத் தடுக்கும் வல்லமை கொண்டது யோகா என்று அதற்குப் பொருள். சுழன்று சுழன்று நம்மைத் திணறடிக்கும் எண்ணங்களை நிறுத்த யோகா பயன்படும் என்பதைவிட, எண்ணங்களை முழுமையாக நிறுத்தும் வலிமை கொண்டவை அனைத்தும் யோக நிலைகளே. இளையராஜாவால் அரை மணிநேரத்தில் ஆறு டியூன் போட முடிந்தது, இந்த யோக நிலையில்தான். கண்ணதாசன், டியூனைக் கேட்ட மாத்திரத்தில் அதற்கேற்ப அற்புத வரிகளைத் தந்தது இந்த யோக நிலையில்தான்.

உலகின் எல்லாப் படைப்புகளும் பிறந்தது எண்ணங்களற்ற இந்த மனநிலையில்தான். மனம் குப்பை போல எண்ணங்களால் நிரம்பி வழிவதை உங்களால் பார்க்க முடிகிறதா? அப்படி என்றால் அதைக் கவிழ்த்து சுத்தம் செய்து வெறுமையாக வைத்துக்கொள்ளும் ஆற்றலும் உங்களுக்கு உண்டு. உங்களையே நீங்கள் மறக்கும் தருணங்கள் எவை என்று கண்டுபிடியுங்கள். அங்குதான் எண்ணங்களை இயக்கும் விசை உள்ளது!

12

உதவி தேவையா உதவுங்கள்!

ஆரோன் பெக் என்ற அமெரிக்க உளவியல் நிபுணர் 1976-ல் துக்க நோய் கொண்டோரிடம் சில சிந்தனைத் திரிபுகள் உள்ளன என்ற கருத்தை முன்வைத்தார். அவர்களிடம் மூன்று எதிர்மறை எண்ணங்கள் உள்ளன என்று வகைப்படுத்துகிறார். ஒன்று, தன்னைப் பற்றிய தாழ்வு மனப்பான்மை. இரண்டு, தனக்கு யாரும் உதவ முடியாது என்று எண்ணுதல். மூன்று, வருங்காலத்தைப் பற்றிய நம்பிக்கையின்மை.

Worthlessness, Helplessness and Hoplessness என்ற இந்த மூன்றும் Cognitive Triad என்கிறார். வேதி மாற்றத்தால் வரும் துக்க நோயில் இவ்வகை எதிர்மறை எண்ணங்கள் வருவது அதன் ஆதார அறிகுறிகள் என்கின்றனர் மனநல மருத்துவர்கள். ஆனால், இந்த மூன்று எதிர்மறை எண்ணங்கள் மாற்றப்படும்போது துக்க நோய் குறைவதாக ஆரோன் பெக் நடத்தை சிகிச்சைகள் மூலம் நிரூபித்தார். ரசாயனக் குறைபாட்டை ரசாயன மருந்துகள் மூலம் சரி செய்வது ஒரு முறை என்றால், ரசாயனக் குறைபாட்டை, சிந்தனை சிகிச்சை மூலம் நிவர்த்திசெய்வது மாற்று வழி.

உருக்குலைக்கும் 3 எண்ணங்கள்

சிந்தனைத் திரிபுகள் அனைவருக்கும் பொதுவானவை. நம்மைத் தற்காலிகத் துக்கத்துக்கு இட்டுச் செல்லும் வலிமை கொண்டவை. அதனால் அவற்றைப் புரிந்து மாற்றியமைத்தால் பல பிரச்சினைகள் தீரும். ஒவ்வொன்றாகப் பார்க்கலாம். முதலில், தன் மதிப்பை உணராத எண்ணங்கள் (worthlessness). "நான் எதுக்குமே லாயக்கில்ல", "இந்த வயசுல எல்லாரும் எப்படி இருக்காங்க.. என்னால முடியலை", "என்கிட்ட ஒரு விஷயம்கூடச் சொல்லிக்கற மாதிரி இல்ல!"- இப்படித் தன்னை நொந்துகொள்ளுதல் அனைத்தும் இந்த வகையைச் சேர்ந்தவை. தன்னிடம் இல்லாதவற்றைப் பட்டியலிடுவார்கள்.

சுயமதிப்பை இழக்கையில் சுய பச்சாதாபமும் சுய வெறுப்பும் சேர்ந்துகொள்கின்றன. அதை நேரடியாகச் சொல்ல முடியாத சூழலில் பிறர்

> கேள்வி: எப்போதும் ஆயிரக்கணக்கான எண்ணங்கள். வேலை செய்யும்போதுகூட நெருக்கடியில்தான் மனம் வேலையில் லயிக்கிறது. நேரம் கிடைத்தால் மனம் தன் போக்கில் போகிறது. 27 வயதில் இவ்வளவு குழப்பமா என்று இருக்கிறது. மனத்தை அடக்க என்ன வழி, என்ன நோய் இது?
>
> பதில்: மனத்தை ஏன் அடக்க வேண்டும்? ஒன்றை அடக்க நினைப்பது ஆதிக்க மனோபாவம். தவிர, அதைக் கண்டு பயப்பட்டால்தான் அதிகாரத்தைச் செலுத்தி அடக்கத் தோன்றும். மனத்தைப் புரிந்துகொள்ள அதன் போக்கில் விட்டு அமைதியாய் அதைக் கவனியுங்களேன். வரும் எண்ணங்கள் எல்லாம் உங்களுடையவைதாமே? அவற்றையும் ஏற்றுக்கொள்ளுங்கள். "இது இப்படி இருக்கக் கூடாது. அப்படித்தான் இருக்க வேண்டும்" என்ற உங்கள் நிராசையும் பதற்றமும் எங்கிருந்து வருகின்றன என்று பாருங்கள். தன்னை மறந்து செய்யும் வேலையில் எண்ணங்கள் வராது. வேலை ஏன் நிறைவைத் தரவில்லை என்று யோசியுங்கள், உங்கள் செயல்பாடுகள் பற்றிய உள்வர்ணனைகள்தான் எண்ணங்கள். அவற்றை அடக்க நினைக்காமல் கூர்ந்து கவனியுங்கள். அவை சொல்லும் செய்திகள் புரியும்.

மதிப்பைக் குறைத்துப் பேசுவார்கள். பிறரிடம் எரிச்சல் காண்பிப்பார்கள். ஆதார ஊற்று ஒன்றுதான். சுயமதிப்பைக் காவு கொடுக்கும் எண்ணங்கள். இரண்டாவதாக, தனக்கு உதவ யாருமில்லை என்ற எண்ணம் (Helplessness) "யாருமே என்னைக் காப்பாற்ற முடியாது", "ஒருத்தரும் உதவின்னா ஓடி வரப்போறதில்லை"... இந்த எண்ணங்கள் சோகத்தையும் தனிமையையும் கொடுக்கும். உதவிக்கரம் கொடுப்போரையும் தள்ளிப் போக வைக்கும்.

மூன்றாவதாக, வருங்காலத்தில் எந்த முன்னேற்றமும் வரப்போவதில்லை என்ற எதிர்மறை எண்ணம் (Hopelessness). "எதுவும் மாறப்போறதில்லை", "எது பேசியும் என்ன செஞ்சும் ஒண்ணும் ஆகாது", "வாழறதே அர்த்தம் இல்லை. புதுசா என்ன ஆகப்போகுது?"...இந்த எண்ணங்கள்தாம் வாழ்க்கை மீதுள்ள நம்பிக்கையை முற்றாக முறித்துப்போடும். பலர் தற்கொலையை நாட வைக்கும் எண்ணங்கள் இவைதாம்.

நல்லதைப் பட்டியலிடுங்கள்

முதலில் சுயமரியாதையை வளர்க்கும் எண்ணங்களை வளர்க்க வேண்டும். குறைகளைப் பட்டியலிடும் மனத்திடம் நிறைகளைக் காட்ட வேண்டும். பிரச்சினைகளைத் தேடும் மனத்திடம் சாதனைகளைக் காட்ட வேண்டும். எதிர்மறையானவற்றைப் பூதக்கண்ணாடி வைத்துப் பார்க்கும் மனோபாவத்தைக் கை விட வேண்டும். "என் வாழ்க்கையே வீண். ஒன்றுகூடச்

சரியில்லை!" என்று சொல்லி சிகிச்சைக்கு வருவோரிடம் ஒரு செயலைச் செய்யச் சொல்வேன். "உங்களிடம் உள்ள எல்லா நல்ல விஷயங்களையும் பட்டியலிடுங்கள்- அது எவ்வளவு சின்ன விஷயமாக இருந்தாலும் சரி."

உங்களை நீங்கள் மனதார முழுமையாக விரும்ப வேண்டும். உங்கள் மதிப்பை உணர வேண்டும். சிறு குறைகளையும் பிரச்சினைகளையும் வைத்துக்கொண்டு மொத்த ஆளுமையையும் தள்ளுபடி செய்யக் கூடாது.

அடுத்து, பிறர் பற்றி நீங்கள் கொண்டிருக்கும் எண்ணங்கள் யாவும் உங்களைப் பற்றி நீங்கள் கொண்டிருக்கும் எண்ணங்களே.

மகாபாரதக் கதையில் வருவதுபோல "ஊரில் அனைவரும் உத்தமர்கள்" என்று சொன்ன தருமனும் வரும் "ஊரில் அனைவரும் அயோக்கியர்கள்" என்று சொன்ன துரியோதனனும் தங்கள் ஆளுமையை வைத்துத்தான் பிறரை எடை போட்டார்கள். "யாரும் உதவ மாட்டார்கள்!" என்பது "நான் யாருக்கும் உதவ மாட்டேன்!" என்ற செய்தியைத்தான் சொல்கிறது. பிறர் உதவியைப் பெற நீங்கள் செய்ய வேண்டியது பிறருக்கு உதவுவது. "ஊரார் பிள்ளையை ஊட்டி வளர்த்தால் தன் பிள்ளை தானாக வளரும்!" என்பது ஆழம் மிகுந்த முதுமொழி.

துக்கத்தை விரட்ட சுயநலத்தை விரட்டுங்கள்!

துக்கம் சுயநலத்தை மட்டும்தான் பேணும். பிறர் நலம் காணச் செய்யும் செயல்கள் அனைத்தும் துக்கத்தை விரட்டும். சுயமரியாதையும் பிறர் நலனையும் அதிகரிக்கச் செய்யும். 'ஊர் கூடித் தேர் இழுத்தல்' போன்றவற்றில் பல சமூக உளவியல் செய்திகள் உள்ளன. பிறருடன் சேர்ந்து செய்யும் உதவி போன்ற காரியங்கள் மூளையில் ஆக்ஸிடோசினைச் சுரக்க வைத்து மனத்துக்கு உற்சாகம் தருபவை. உங்களுக்கு உதவி தேவையா, நீங்கள் பிறருக்கு உதவத் தயாராகுங்கள்!

Hopelessness என்பது வருங்காலத்தைப் பற்றியது. அடுத்த நொடி நடக்கப் போவது யாருக்கும் தெரியாது. வாழ்க்கை அடுத்த நொடியில் நாம் உயிருடன் இருப்போம் என்ற நம்பிக்கையில்தான் இயங்குகிறது. இதைத் தர்க்கரீதியில் ஆராய்ச்சி செய்யவே முடியாது. நாளை என்ற நாளை நினைத்து நாம் இன்று உற்சாகமாய்ப் பணி செய்வதுதான் மனிதப் பிறவியின் சிறப்பு. எதை இழந்தாலும் இழக்கக் கூடாதது நம்பிக்கை.

13

நெருக்கடியில் நம்பிக்கை கொள்!

நம் எண்ணங்கள் நமக்கு நன்மை அளிக்குமா இல்லையா என்று சுலப மாகக் கண்டுபிடித்துவிடலாம். எப்படி? நல்ல உணர்வுகளைத் தந்தால் அவை நல்ல எண்ணங்கள். நல்ல என்பதைவிட ஆரோக்கியமான, நேர்மறை எண்ணங்கள் என்று சொல்லலாம். அப்படி இல்லாமல் மன உளைச்சலைத் தரும் எண்ணங்கள் உடல், மன நலத்துக்குக் கேடு செய்பவை.

உணர்வுகளை அறிந்துகொள்ளப் பெரிய வித்தைகள் தெரிய வேண்டியதில்லை. முகமும் செயலும் காட்டிக்கொடுத்துவிடும். பெரும்பாலான உணர்வுகள் மறைத்துவைக்க முடியாதவை. பல நேரத்தில் அது பற்றிய தெளிவான வாக்குமூலத்தைச் சம்பந்தப்பட்டவர்களே அளிப்பதுண்டு. அதனால் சிக்கல் எதுவுமில்லை.

கொட்டித் தீர்க்கிறோமே!

"எனக்கு நினைச்சாலே ஆத்திரமா வருது.", "எப்படிச் சமாளிப்பேன்னு பயமா இருக்கு.", "அவனைக் கண்டாலே அருவருப்பா இருக்கு.", "என்ன அதிர்ஷ்டம் பாரு... அவளை நினைச்சா பொறாமையா இருக்கு.", "இப்பத்தான் மனசு நிம்மதியா இருக்கு.", "செம்ம நியூஸ்! நான் ரொம்ப ஹேப்பி!" இப்படித் தினசரி உணர்வுகளைக் கொட்டித் தீர்க்கிறோம். கொச்சை மொழியில் நாம் அதிகம் பகிர்வதும் நம் உணர்வுகளைத்தான். "மண்டை காயுது.", "செம்ம காண்டாயிடுச்சு!" - போன்றவையும் உணர்வு நிலைகளைச் சொல்பவைதாம்.

இப்படி வெளிப்படையாகச் சொல்லாவிட்டாலும் எதிராளியின் செயல்கள் உணர்வுகளை உடனே காட்டிக்கொடுத்து விடும். ஆனால், உணர்வுகள்

தொடர்பான எண்ணங்கள் நுட்பமானவை. அவற்றை அறிவதற்கு நேரமும் ஆற்றலும் தேவைப்படும். எண்ணங்களை நேர்மறை, எதிர்மறை என்று வசதிக்காக மேலோட்டமாகப் பிரித்துக்கொள்வோம். நேர்மறை எண்ணங்கள் இருந்தால் நேர்மறை உணர்வுகள் அவற்றைத் தெரிவிக்கும். எதிர்மறை எண்ணங்கள் இருந்தால் எதிர்மறை உணர்வுகள் அவற்றைத் தெரிவிக்கும். இதுதான் இயல்பு.

உற்சாகமும் சோர்வும்!

ரயில் வண்டியில் கதவோரம் நின்று வேடிக்கை பார்த்துக்கொண்டிருக்கிறீர்கள். வண்டி நல்ல வேகத்தில் போய்க்கொண்டிருக்கிறது. "இப்போது கை நழுவி வண்டியிலிருந்து விழுந்தால் என்னவாகும்?" என்ற எண்ணம் முதலில் வருகிறது. உடனே பயம் வருகிறது. ஓரடி பின் தள்ளி நிற்கிறீர்கள். உங்கள் செயலும் உணர்வும் எண்ணத்தின் ஓட்டத்தைக் காண்பிக்கும்.

வேலைக்கான நேர்முகத் தேர்வுக்குக் காத்திருக்கிறீர்கள். சுற்றி உட்கார்ந்திருப்பவர்களை நோட்டம் விடுகிறீர்கள். "இவர்கள் எல்லாரைவிடவும் நான் தேவலாம் போலயே!" என்ற எண்ணம் வருகிறது. அந்த நம்பிக்கை எண்ணம் ஒரு பெருமிதத்தை, உற்சாகத்தைத் தருகிறது. இப்போது உங்கள் உடல்மொழி மாறி நிமிர்ந்து உட்கார்ந்து அழைப்புக்குக் காத்திருக்கிறீர்கள். இப்போது புரிகிறதா? உங்கள் உணர்வுகளே எண்ணங்களைக் காட்டும் கண்ணாடிகள்.

பெரும்பாலும் அவை தவறு செய்யாது. இதே இரண்டு சூழ்நிலைகளில் எண்ணங்களை மாற்றிப் போட்டுப் பாருங்கள். ரயிலில் கதவோரம் நிற்கும்போது மனத்தில் இப்படி ஒரு சிந்தனை வருகிறது. "முகத்தில் படும் காற்று ஒரு பெண் தீண்டல் போலுள்ளதே... ஒரு கவிதை எழுதலாம் போல உள்ளது!" உடனே சிலிர்ப்புடன் முகத்தை மட்டும் முன்னே நீட்டுவீர்கள், கைகள் ஸ்திரமாகக் கைப்பிடிகளைப் பற்றியவாறு.

நேர்முகத் தேர்வில் உட்காரும் போது இப்படித் தோன்றுகிறது. "இத்தனை பேர் வந்திருக்காங்க. யார் எப்படின்னு தெரியலை. நம்மளுக்குக் கிடைக்கறது சான்ஸ் கம்மிதான்!" உடனே கை கட்டி தலை கவிழ்ந்து தோல்விக்கான உடல்மொழி தேர்வு செய்யப்படும். உங்களை நீங்கள் கவனிக்கச் சிறந்த வழி, ஒரு நாளில் எத்தனை மணிநேரம் உற்சாகமான உணர்வுகளில் திளைக்கிறீர்கள் என்று கணக்கிடுவதுதான்.

இதுதான் மனப் பயிற்சி!

சூழ்நிலைகள் பொதுவானவை. எண்ணங்கள் நம் தேர்வுகள். உணர்வுகளும் அதன் தொடர்ச்சியான செயல்களும் எண்ணங்கள் தரும் திசை நோக்கிச் செல்பவை. அதனால் சரியான எண்ணங்களைத் தேர்ந்தெடுத்துக்கொள்வது அவசியம். மனத்தின் போக்கு இயல்பாக எதிர்மறை எண்ணங்களை

அள்ளிக்கொண்டு வந்து கொட்டும். அவற்றைப் புறந்தள்ளி ஆக்கபூர்வமான நேர்மறை எண்ணங்களை வளர்த்தெடுப்பதுதான் மனப் பயிற்சி. வெற்றி பெற்றவர்கள் வாழ்க்கையில் நாம் தவறாமல் படிக்கக்கூடிய விஷயம் இதுதான்.

நெருக்கடியான சூழலில் நம்பிக்கையான எண்ணங்களைத் தேர்வு செய்து கொள்வது அவர்களின் பழக்கம். இதைப் பழக என்ன செய்ய வேண்டும்? எல்லாச் சூழலிலும் (எதிர்மறை எண்ணங்கள் வந்த போதிலும்) நம் செயலுக்கும் உணர்வுக்கும் அவசியப்படும் எண்ணங்களை முன்னிலைப்படுத்த வேண்டும். ஒவ்வொரு படுதோல்வியிலும் பாடம் படித்துக்கொண்டு மீண்டும் புதிதாக முயலத் தேவை, இந்த நேர்மறை எண்ணங்கள். இதைத் தொடர்ந்து பழகும்போது உங்களை அறியாமல் ஒரு மகிழ்ச்சியான மனிதராக நீங்கள் மாறுவதை உணர்வீர்கள். மகிழ்ச்சியாக வாழக் கற்றுக்கொள்ளாமல் மற்றதைக் கற்று என்ன பயன்?

14

'நான்' என்று சொல்லுங்கள்!

எப்போதுமே முடியுமா என்றால் சரியான பயிற்சியை மேற்கொண்டால் முடியும் என்பதுதான் என் பதில். அதற்கு பல நிரூபிக்கப்பட்ட வழிகள் இருக்கின்றன. அவற்றை இனி ஒவ்வொன்றாகப் பார்ப்போம். முதலில் லூயிஸ் ஹேயின் அஃபர்மேஷன்(Affirmation) முறை. 'மனசு போல வாழ்க்கை' முதல் பாகத்தைப் படித்தவர்களை அதிகம் ஈர்த்த சிகிச்சை முறை என்று சொல்லலாம். "இந்தப் பிரச்சினைக்கு என்ன அபர்மேஷன் பயன்படுத்த வேண்டும்?" என்று எனக்கு இன்றும் கேள்விகள் மின்னஞ்சலில் வந்த வண்ணம் உள்ளன. அவ்வளவு வலிமையான மன மாற்றக் கருவி அது.

நிகழ்காலத்தைக் கவனிக்கும் ஆழ்மனம்

ஒரு சிக்கலான காலகட்டத்தில் வேறு வழி தெரியாது ஆசான் ஒருவரிடம் சென்றபோது அவர் எனக்குச் சொல்லிக்கொடுத்த வழிமுறை இது. நம்ப முடியாத அளவு பலன் தந்தது. பின் தனிநபர் சிகிச்சையிலும், குழு பயிற்சிகளிலும் நிறைய கற்றுக்கொடுக்க ஆரம்பித்தேன். இந்த 18 ஆண்டுகளில் ஆயிரக்கணக்கானோர் பலன் பெற்றனர். கற்றுக்கொள்கையில் மிகவும் எளிதாக இருப்பதால் இந்த வழிமுறையைச் சந்தேகப்பட்டவர்கள் உண்டு. ஆனால், பலன் கண்டபின் அதை அனுபவபூர்வமாக உணர்ந்து ஏற்றுக்கொள்வார்கள்.

'அஃபர்மேஷனை' நேர்மறை சுய வாக்கியம் எனலாம். உங்கள் ஆழ்மனத்துக்கு நீங்கள் செலுத்தும் செய்தி இது. சரி, இதை வடிவமைப்பது எப்படி? இதற்கு மூன்று ஆதார விதிகள் உண்டு:

'நான்' என்று தொடங்க வேண்டும்.

நிகழ் காலத்தில் அமைய வேண்டும்.

நேர்மறை சொல் அல்லது செயல் மூலக்கருவாக இருக்க வேண்டும்.

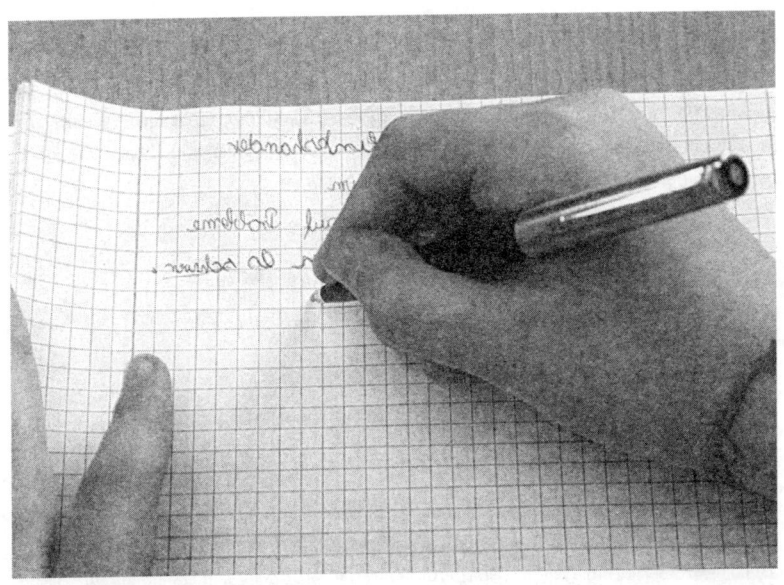

இதைச் சிறிது விளக்குகிறேன். 'நான்' என்ற சொல் உங்களைச் செயல் களம் ஆக்குகிறது. 'நான் மேடையில் சிறப்பாகப் பேசுகிறேன்' என்பது தெளிவான அஃபர்மேஷன். மேடையில் சொதப்பாம இருக்கணும் என்ற எண்ணத்துக்கும் இந்த வாக்கியத்துக்குமான வேறுபாட்டைக் கவனியுங்கள். நிகழ்ச்சிக்கான பொறுப்பையும் செயல் தீர்மானத்தையும் கையில் எடுக்கிறீர்கள். அதனால் 'நான்', 'என்னுடைய', 'எனக்கு' போன்ற தன்னிலைச் சொற்கள் அவசியம் வேண்டும். நடந்தால் நன்றாக இருக்கும் என்பது பொத்தாம் பொதுவான எண்ணம். 'நான் நடத்துகிறேன்' என்பது பொறுப்பான பிரகடனம். அதேபோல் நிகழ்காலத்தில் அமைவது அத்தியாவசியம்.

எதிர்காலம் குறித்து நல்ல எண்ணங்கள் தோன்றுவது இயல்பு. 'ஒருநாள் பணக்காரன் ஆவேன்' போன்றவை. இது வருங்காலத் தேதியிட்ட காசோலைபோல. ஆழ்மனம் இதை அப்பால் தள்ளிவிடும். 'இங்கு, இப்போது' என்ற எண்ணத்தைத்தான் ஆழ்மனம் கவனிக்கும். அதனால்தான் வருங்காலத்தை வைத்து வரும் பல கனவுகள் நிறைவேறுவதில்லை. நிகழ்காலத்தில் ஏதேனும் ஒரு சம்பவம் நடப்பதுபோன்ற கனவைக் காணும்போது அதை ஆழ்மனம் பதிவு செய்துகொள்ளும். 'உங்கள் காலருகில் பாம்பு!' என்று உங்கள் நண்பர் அலறினால் உடனே துள்ளி ஓடுவீர்கள். ஆனால், உங்கள் நண்பர், 'நாளை உங்கள் காலருகே பாம்பு வரப்போகிறது' என்றால் 'அப்படியா?' என்று அலட்டிக்கொள்ள மாட்டீர் கள். இதுதான் மனத்தின் சூட்சுமமான செயல்பாடு.

மாற்றுக் கையால் எழுத வேண்டியவை

இங்கே கவனிக்க வேண்டியது என்னவென்றால், நேர்மறை வார்த்தைகள் அவசியம். எதிர்மறை வார்த்தைகள் இல்லாதிருப்பது மிகவும் அவசியம். சில அற்புதமான சுய வாக்கியங்களை இங்கு உங்களுக்கு அளிக்கிறேன். அவற்றைத் தேவைக்கு ஏற்ப பயன்படுத்துங்கள்.

'நான் என்னை விரும்பி ஏற்றுக்கொள்கிறேன்!'

'நான் என் நேரத்தைச் சிறப்பாகப் பயன்படுத்துகிறேன்.'

'நான் என் வேலையில் தொடர்ந்து முன்னேறிவருகிறேன்.'

'நான் என்றும் பாதுகாப்பாக இருக்கிறேன்.'

'நான் கேட்டவை அனைத்தும் எனக்குக் கிடைக்கின்றன.'

'நான் என் குடும்பத்தினருடன் நிறைவாக இருக்கிறேன்.'

இதை எப்படிப் பயிற்சி செய்வது? இதில் ஒன்றை தினசரிப் பயிற்சிக்கு எடுத்துக்கொள்ளுங்கள். காலை எழுந்தவுடன் ஒரு டைரியில் உங்கள் இடது கையால் 25 முறை அந்த 'அஃபர்மேஷனை' எழுதுங்கள். நீங்கள் இடக்கை பழக்கம் உள்ளவர் என்றால் வலது கையால் எழுதுங்கள். மாற்றுக் கையால் எழுதுவது அவசியம். ஒரே நேரம், ஒரே இடம், ஒரே கையேடு என்றால் நல்லது. 'ஏன் இடது கை?'

15

மாற்றுக் கையால் எழுதுங்கள்!

நம் வாழ்க்கையை மாற்ற நம் எண்ணங்களை மாற்ற வேண்டும். எதிர்மறை எண்ணங்கள் நேர்பட வேண்டும். அதற்குதான் இந்த நேர்மறை சுய வாக்கியங்கள் தேவைப்படுகின்றன. உங்களுக்கே தெரியாமல் உங்கள் பழுதுபட்ட எண்ணங்களைச் சீர்படுத்த இவை உதவும். அஃபர்மேஷன் மந்திர வாக்கியம்போல் உங்கள் ஆழ்மனத்தில் செயல்படுபவை. முறையாகப் பயன்படுத்தும்போது இவை நம்ப முடியாத பலன்களைத் தரும்.

மூன்று முக்கிய அம்சங்கள் இந்தக் கட்டமைப்புக்குத் தேவை. 'நான்' என்ற தன்னிலையுடன் தொடங்குதல் அவசியம். நிகழ்காலத்தில் வாக்கியம் அமைய வேண்டும். நேர்மறைச் சொல் அல்லது செயல்தான் தெளிவாக இடம்பெற வேண்டும். இவைதான் அஃபர்மேஷன் விதிகள். "நான் நினைச்சது எதுவும் நடப்பதில்லை" என்று சலிப்பவர்கள் இந்தத் தங்க விதிகளை மனத்தில் நிலைநிறுத்திக்கொண்டு தங்கள் சிந்தனையை மாற்றி அமைக்கலாம்.

குழந்தைபோல் குதூகலம் வேண்டுமா?

இதை இடக்கையால் எழுதுவது மிகுந்த பலன் தரும் என்று எழுதி இருந்தேன். அஃபர்மேஷனுக்கு, ஏன் இந்த மாற்றுக் கைப்பழக்கம் தேவைப்படுகிறது? மாற்றுக் கையால் எழுதுதல் உங்களை ஆழ்மனத்துக்கு இட்டுச்செல்லும். அது நம்பிக்கை சார்ந்த விஷயத்தை முழுதாக உள்வாங்கிப் படமாக எடுத்துப் பத்திரப்படுத்தி வைத்துக்கொள்ளும். மனத்தின் மேற்பரப்பு தர்க்க அறிவு சார்ந்தது. தவிர அதிகமாகக் கவனம் சிதறக்கூடியது. இரைச்சல்கள் நிரம்பியது. எழுதிப் பழக்கப்பட்ட கையால் அஃபர்மேஷன் எழுதினால் மனம் ஆயிரம் திசைகளில் பாயும். கேள்வி கேட்கும். எழுதும் சுகமோ நிறைவோ தெரியாது.

> கேள்வி: அலைபேசி என்பதே ஒரு சாபக்கேடாகிவிட்டது. படிக்க முடியவில்லை. வெளியே போகப் பிடிக்கவில்லை. நண்பர்களிடம்கூட சாட்டிங்தான் செய்கிறேன். சதா இன்ஸ்டாகிராமில்தான் இருக்கிறேன் அல்லது வாட்ஸ் அப், யூடியூப் வீடியோக்களைப் பார்க்கிறேன். தனியே வசித்துப் படிப்பதால் நிறைய நேரம் உள்ளது. எல்லாம் தெரிந்தும் கட்டுப்படுத்த முடியவில்லை. இது பிரச்சினையா அல்லது நான் அப்படி நினைக்கிறேனா?
>
> பதில்: உங்கள் கட்டில் நீங்கள் இல்லை என்று நீங்கள் உணர்ந்தது பாராட்டுக் குரியது. மொபைலை வைத்துக்கொண்டு அதைப் பயன்படுத்தாமல் இருப்பது மிகக் கடினம்தான். இதுவும் போதைதான். வெளி நடமாட்டத்தை அதிகரியுங்கள். உடற்பயிற்சி, யோகா, விளையாட்டு என்று மொபைல் வைத்துக்கொள்ள முடியாத காரியங்களில் முதலில் தொடங்குங்கள். இரவில் தூங்கும்போது மொபைலை அருகில் வைக்காதீர்கள். அடுத்த அறையில் வைத்துவிடுங்கள். 90 சதவீத வாட்ஸ் அப் குழுக்களிலிருந்து வெளியேறுங்கள். பெரும்பாலும், அலைபேசியை ம்யூட்டில் வையுங்கள். சில உயர்ந்த நோக்கங்கள் வைத்து உங்கள் நேரத்தை அதற்குச் செலவழியுங்கள்.

ஆனால், மாற்றுக் கையால் எழுதுவது கடினமாக இருந்தாலும் குழந்தைக்கு ஏற்படும் குதூகலம் உண்டாகும். எழுத்துகளுக்கு வடிவம் கொடுக்கவே நிறைய கவனமும் உழைப்பும் தேவைப்படும். கோணலாகப் போகையில்கூட உதடு புன்முறுவல் பூக்கும். எழுதி முடித்த பின் ஒரு சாதனை படைத்த உணர்வு வரும். நான் சொல்வதைப் பரிசோதிக்க ஒரு சின்ன வேலை செய்யுங்கள். உங்கள் பெயரைத் தமிழில் மாற்றுக் கையால் எழுதுங்கள். பள்ளியில் முதன்முதலில் சேர்க்கப்பட்ட குழந்தைபோல உணர்ந்தீர்களா? பக்கத்தில் உள்ளவர்கள் கிண்டல் பேசினார்களா? எழுதி முடித்த பின் ஒரு செயற்கரிய செயலைச் செய்ததுபோல உணர்ந்தீர்களா? அதுதான் மாற்றுக் கையால் எழுதுதலின் மகிமை.

நொடிப்பொழுதில் மாற்றம்

கலையை ஆதாரமாகக்கொண்டு இயங்கும் மனச் சிகிச்சை முறைகளில் இந்த மாற்றுக் கை பழக்கத்தைப் பரிந்துரைப்பார்கள். குறிப்பாக சிறுவர், சிறுமியருக்கு. மனக் காயங்களினால் பேசாத குழந்தைகளுக்குச் சிகிச்சை அளிக்கும்போது ஒரு பயிற்சி கொடுப்பார்கள். பிரச்சினையை ஏதுவான கையில் எழுதச் சொல்ல வேண்டும். அதற்குப் பதில் அளிக்கையில் மாற்றுக் கையால் எழுத வேண்டும்.

இப்படி வலக்கையும் இடக்கையுமாக அவர்களே தங்கள் பிரச்சினைகளை எழுத வேண்டும். வலக்கை உதவி பெறுபவராகவும், இடக்கை உதவி

தருபவராகவும் மாறும். இடக்கை பழக்கக்காரர்கள் இதை மாற்றிச் செய்ய வேண்டும். இப்படி ஒருவரே தன்னுடைய பிரச்சினையை ஒரு கையால் எழுதி இன்னொரு கையால் ஆலோசனை பெறச் செய்வதை '*Other Hand Technique*' என்பார்கள்.

இருபது வருடங்களுக்கு முன்னால் '*Art Therapy*' படித்த காலத்தில் இந்தச் சிகிச்சை முறையைப் பெரிதாகப் பயன்படுத்தியதில்லை. ஆனால், லூயி ஹேயின் தாக்கமும் அஃபர்மேஷன் முறையை நிறைய உடல் உபாதைகளுக்குப் பயன்படுத்த ஆரம்பித்த பின்தான் மாற்றுக் கைப்பழக்கம் பற்றிய தீவிர அனுபவம் வந்தது. இன்று ஒரு எண்ணம் ஸ்திரப்பட வேண்டும் என்றால், அதை முழு வாக்கியமாகக்கூட நான் எழுதுவதில்லை. அதன் ஆதாரச் சொல்லை இடது கையால் சில முறைகள் எழுதுவேன். அதுவே எனக்குப் போதுமானது. எந்தப் பிரச்சினைக்கு எப்படி அஃபர்மேஷன் எழுதுவது என்று அறிய பயிற்சியும் தேர்ச்சியும் அனுபவமும் அவசியம். என்றாலும், ஒரு நல்ல சொல்லை மாற்றுக் கையால் தொடர்ந்து எழுதி வந்தாலே பலன் கிட்டும். இது என் அனுபவப் பாடம்.

2004-ல் சாண்டி கார்டன் என்ற ஆஸ்திரேலியக் கிரிக்கெட் உளவியல் ஆலோசகர் எம்.ஆர்.எப். பேஸ் பவுண்டேஷனுக்கு வந்து பயிற்சி அளித்தார். அவருடன் பணியாற்றும் வாய்ப்பு கிடைத்தது. ஸ்ரீசாந்த், வெங்கடேஷ் பிரசாத் போன்றவர்கள் அணியில் சேராத பாலகர்கள். விளையாட்டு வீரர்களுக்குக் குறுகிய கால உளவியல் ஆலோசனை தருவது எப்படி என்று கிரிக்கெட் பயிற்சியாளர்களுக்குக் கற்றுத்தந்தார். நொடிப்பொழுதில் தோன்றும் எண்ணத்தை மாற்றினால் விளையாட்டின் போக்கு மாறும் என்று வகுப்பெடுத்தார். அவர் சொல்லிக் கொடுத்த முக்கிய விஷயம் என்ன தெரியுமா? அஃபர்மேஷன்தான்!

16

வாழ்க்கையை வழிநடத்தும் கற்பனை

அசாம், மேகாலயாவுக்குச் கடந்த ஆண்டு சென்றிருந்தேன். அவ்வளவு அழகான ஒரு பகுதியை இதுவரை நான் பார்த்ததில்லை. சிரபுஞ்சி செல்ல ஒரு படு சுமாரான வேன் வந்தது. புறப்படும்போதே லேசான மழை.

மலைப்பாதை பல இடங்களில் அபாயகரமானதாக இருந்தது. ஓட்டுநர் அசரவேயில்லை. எதையோ மென்றுகொண்டே ஒவ்வொரு வளைவிலும் சர் சர்ரென்று திருப்பியது பலர் வயிற்றைக் கலக்கியது.

நிறைய பாடங்கள் கற்பீர்கள்!

எட்டிப் பார்த்தால் பள்ளத்தாக்கு. கண்ணுக்கு எட்டிய பக்கத்தில் எல்லாம் ஒரு அருவி சன்னமாக வழிந்துகொண்டிருந்தது. ஒரு இடத்தில் ஏழு அருவிகள் ஒட்டுமொத்தமாகத் தெரியும் அபூர்வக் கோணம் கிடைத்தது. அனைவரும் இறங்கி மொபைலில் ஒளிப்படங்கள் சுட்டுத் தள்ளினோம். சிரபுஞ்சியில் ஒரு குகைக்கு டிக்கெட் போட்டு அனுப்பினார்கள். குனிந்தும் தவழ்ந்தும் இருட்டில் ஊர்ந்தும் வழுக்கி விழாமல் வெளியே வந்தது படு சுவாரசியமான அனுபவம். வரும் வழியில் காசிப் பழங்குடிகள் மஞ்சள் உள்ளிட்ட பல விளைபொருள்களை விற்றனர். குளிரும் பசியும் கொண்ட நேரத்தில் அங்கே குடித்தது தேநீரே அல்ல; தேவாம்ருதம்!

கட்!

பயணக்கதை போதும். இப்போது சொல்லுங்கள். எப்படி உணர்கிறீர்கள்? மனத்தளவில் எங்கு இருக்கிறீர்கள்? என்ன பார்த்தீர்கள்? குறிப்பாகக் கேட்டால் நான் சென்ற வேன் என்ன கலர்? ஓட்டுநருக்கு என்ன வயது? குகையில் எவ்வளவு வெளிச்சம் இருந்தது? மஞ்சள் தவிர வேறென்ன பொருட்கள் விற்கப்பட்டன? தேநீர்க் கோப்பையில் குடித்தேனா கண்ணாடி கிளாஸில் குடித்தேனா? உங்கள் மனத்தில் ஓடிய படத்தில் என்னென்ன பார்த்தீர்கள்? உங்களுடன் இதே கட்டுரையைப் படித்த தோழியிடம் இதே கேள்விகளைக் கேளுங்கள். உங்களுக்குள் ஓடிய படத்தை அவர்கள் படத்துடன் ஒப்பிட்டுப் பாருங்கள். நிறைய பாடங்களைக் கற்பீர்கள்.

வாக்கியத்துக்குக் கதை வடிவம்

மனத்தின் வேலை சொற்களைப் படமாக மாற்றுவது. அந்தப் படமாக்கும் வேலையில் நிறைய எடிட்டிங் நடக்கும். இல்லாதது சேரும். இருப்பதைப் பெரிதுபடுத்தும் அல்லது சிறிதுபடுத்தும் அல்லது முழுவதுமாக நீக்கிவிடும். ஆனால், மனநிலைக்கு ஏற்ப ஒரு படம் தயாராகும். இப்படிப் படமாவதுதான் பின்னணி இசை சேர்ப்பதுபோல் உணர்வுகளைக் குழைத்து உருவேற்றிக்கொள்ளும். பின்னர் அந்தப் படம் ஒரு நினைவாக நெஞ்சில் நிற்கும். அந்த நினைவு தரும் பாதிப்புகளை உடல் வாங்கிக் கொள்ளும்.

பின் செயல்கள் அதற்கு இசைந்து கொடுக்கும். அதனால் நீங்கள் செய்யும் கற்பனைதான் உங்கள் வாழ்க்கையை வழி நடத்துகிறது. அஃபர்மேஷன் எனும் நேர்மறை சுய வாக்கியங்கள் உங்கள் கற்பனையைத் தூண்டக்கூடியவை. அதன் வீரியம்கூடிட அந்த வாக்கியத்தை ஒரு கதையாய் மனத்தில் கற்பனை செய்து பாருங்கள். இதற்கு *Creative visualization* என்று பெயர்.

பொய்கூட நிஜமாகும்

உங்களுக்கு மேடையில் பேசப் பயம் என்றால் உங்கள் பயம் நீங்கள் தடுமாறுவதைப் போன்ற கற்பனையைத்தான் தரும். அதற்குப் பதில், "நான் இயல்பாக ரசித்துப் பேசுகிறேன்!" என்று ஒரு அஃபர்மேஷன் பயன்படுத்துகிறீர்கள் என்றால், அதைக் கற்பனை சக்தி மூலம் பலப்படுத்தலாம். உங்கள் கற்பனை கீழ்க்கண்டவாறு இருக்கலாம், "நான் மேடை ஏறும்போது கரகோஷம் கேட்கிறது.

நான் உற்சாகமாக ஏறி மைக்கைப் பிடிக்கிறேன். மக்கள் என்னை ஆர்வத்தோடு எதிர் நோக்குகிறார்கள். நான் மிகவும் இயல்பாகப் பேச்சை ஆரம்பிக்கிறேன். நகைச்சுவை தானாக வருகிறது. ஒவ்வொரு சிறப்பான கருத்துக்கும் கை தட்டல் கிடைக்கிறது. எனக்குப் பேசப் பேசத் தெம்பு பிறக்கிறது. கூட்டம் என் கட்டில் இருப்பதை உணர்கிறேன். என் பேச்சாற்றல் எனக்குப் பெருமையை அளிக்கிறது!"

இல்லாத ஒன்றை இருப்பது போலக் கற்பனை செய்தாலும் பொய்க்கும் நிஜத்துக்கும் பேதம் கிடையாது, மனத்தளவில். அதனால் உங்களுக்கு எது

கேள்வி: எனக்கு வயது 39. இதுவரை முயன்ற எல்லாத் தொழில்களிலும் தோல்வி அடைந்துவிட்டேன். இப்போது மீண்டும் வேலைக்குச் சேர்ந்துள்ளேன். என் குழந்தைகளுக்கு முன்னால் தோல்வியாளனாகத் தெரிவது எனக்கு அவமானமாக இருக்கிறது. மீண்டும் வியாபாரம் செய்யத் தயக்கமாக உள்ளது. வாழ்க்கையின் இறுதியிலாவது வெற்றி பெற்ற வியாபாரியாகிவிட வேண்டும் என்ற எண்ணம் உள்ளது. ஆனால், தோல்வி பயம்தான் அதிகமாக உள்ளது. எப்படி இதை மாற்றுவது?

பதில்: நீங்கள் தோல்வியாளர் என்று நினைப்பதை முதலில் நிறுத்துங்கள். வெற்றி தோல்வியைத் தாண்டி உங்களுக்கு வியாபாரம் செய்யப் பிடிக்கிறதா? வெற்றிபெற முடியாமல் போனதற்கான காரணங்கள் புரிந்தனவா? வேலையோ வியாபாரமோ பயம் உங்கள் முயற்சியைத் தடுக்கும். குழந்தைகளுக்காக, ஊருக்காக வாழாமல், உங்கள் ஆர்வத்துக்கும் அறிவுக்கும் அனுபவத்துக்கும் சிறந்தது எது என்பதை ஆலோசித்து அதைச் செய்யுங்கள். தொழில்முறை ஆலோசனையும் உங்களுக்கு உதவலாம்.

தேவையோ அதை அடைந்ததுபோலவே கற்பனை செய்யுங்கள். நீங்கள் அதுவாகவே மாறுவீர்கள். சந்தோஷமாக இல்லையா? சந்தோஷமாக இருப்பதைப் போலக் கற்பனை செய்யுங்கள். நடியுங்கள். நம்புங்கள். உங்களுக்கே தெரியாமல் உங்கள் மனம் மாறியிருக்கும்!

"Fake it till you Make it!" என்று இதைச் சொல்வார்கள். இதன் அடிப்படையில் நம்பிக்கையும் கற்பனையும் கலந்த சுய வாக்கியங்கள் கண்டிப்பாக இருக்கும். சச்சின் டெண்டுல்கர் அபாரமாக விளையாட அவர் கையாளும் உத்தி என்ன தெரியுமா? விளையாடப் போகும் முன்னரே, அதாவது 15 நிமிடங்கள் முன்னரே, அவர் ஆட வேண்டிய ஆட்டத்தை மனத்தால் கற்பனை செய்து பார்ப்பாராம். அது ஊக்கத்தையும் கவனக் குவியலையும் தரும்! உங்களை வாட்டும் பிரச்சினைக்கு ஒரு கற்பனை சிகிச்சை செய்து பாருங்களேன்!

17

கடந்த காலக் கசப்பை மறந்துவிடுங்கள்!

நோய்களின் ஆதாரம் - அழுத்தி வைக்கப்பட்ட கசப்பான உணர்வுகள். நமக்கு ஒவ்வாத, தேவையில்லாத, நன்மை தராத அனைத்து எதிர்மறை உணர்வுகளையும் நமக்கே தெரியாமல் தேக்கி வைத்துள்ளோம். அவை ஆழ்மனதில் பத்திரமாகச் சேமிக்கப்பட்டு காலம் காலமாக நம்மை ஆட்டிப்படைக்கும்.

அதன் இயற்பியல் உருமாற்றம்தான் உடல் வழியாகத் தோன்றும் உபாதைகள். நல்ல உணர்வுகளை எளிதில் கடந்து விடுகிறோம். ஆனால், மோசமான உணர்வுகளை என்ன செய்வது என்று தெரியாமல் தத்தளிக்கிறோம். பல நேரம் அவற்றைப் பதப்படுத்தாமல், வெளிக்காட்டாமல் மென்று விழுங்கி உள்ளேயே பதுக்கிவிடுகிறோம். அவற்றைக் கேடயங்கள்போல் அவ்வப்போது எடுத்துப் பார்த்துப் பெருமைப்படுவோம் என்பதுதான் விநோதம்.

"அன்னைக்குப் பட்ட அவமானத்தை எந்த ஜென்மத்திலும் மறக்க மாட்டேன். கொட்ற மழையில என்னைக் குடும்பத்தோட வெளியே துரத்தினாங்க...", "எனக்குத் தர வேண்டிய பாகத்தை எங்க அக்காவுக்கு எழுதி வச்சிட்டாரு. நானும் அவர் பெத்த மகன் தானே? அக்காவுக்கு நான் செஞ்சத யாரும் மதிக்கல. கடைசில அவங்க கொடுத்தத வாங்கிட்டுப் பேசாம வந்தேன். இன்னிக்கும் அந்த வீட்டைப் பாத்தா பத்திக்கிட்டு வரும். அதைத்தான் இன்னமும் ஜீரணிச்சுக்க முடியலை..."

"ஒவ்வொரு முறையும் பாஸ் என்னைக் கூப்பிட்டுத் திட்டும் போதும் அமைதியா கேட்டுப்பேன். மறு வார்த்தை பேசினதில்லை. "உனக்கு சொரணையே கிடையாதா?"ன்னுகூட கேப்பார். நான் சிரிச்சிட்டே நிப்பேன். ஆனால், இருபது வருஷமா அவர் என்ன சொல்லித் திட்டினார், எப்படி

என்னை கேவலமா நடத்துனாருன்னு ஒவ்வொரு வார்த்தையும் நெஞ்சில இருக்கு. அந்த ஆளை மன்னிக்கவே மாட்டேன் சார்!"

இப்படி அவமானம், துக்கம், பொறாமை, துரோகம், வஞ்சம், ஆற்றாமை, கோபம், குற்றஉணர்வு என ஏதோ ஒன்றை (அல்லது கூட்டு உணர்வுகளை) கேடயங்கள்போல் சேமித்து வைத்துக்கொள்கிறோம். காலம் கடந்தாலும், மனிதர்கள் மறைந்தாலும், சூழல் மாறினாலும் இந்தக் காயங்கள் ஆறாமல் உள்ளேயே இருக்கும். அதன் வலிமையும் வீரியமும் உங்களுக்குத் தெரியாது. இவைதான் வார்க்கப்பட்ட இறுகிய எண்ணங்களை உருவாக்குகின்றன. நடத்தையை மாற்றும். உடல் உறுதியைக் கெடுக்கும். நோய் வரக் காரணமாகும்.

அதனால் இதைச் சரிசெய்யாமல் உங்களால் மன மாற்றத்தையோ உடல் நலத்தையோ பேண முடியாது. அதற்கு என்ன செய்ய வேண்டும்? பாத்திரத்தில் கெட்டுப் போன உணவு இருந்தால் என்ன செய்வீர்கள்?

அதை வழித்து வெளியே போட்டுவிட்டு, பாத்திரத்தைச் சுத்தமாகத் துலக்கி கவிழ்த்து வைப்பீர்கள் அல்லவா? அதையேதான் செய்ய வேண்டும், உங்கள் உடலிலும் செய்ய வேண்டும்.

நேற்றைய உணவுக் கழிவை வெளியேற்றிய பின்னர்தான், இன்றைய உணவை எடுத்துக்கொள்கிறோம். மனக்கழிவுகளுக்கும் இதே முறைதான் தேவைப்படுகிறது. பல ஆண்டுகளாக உள்ளே வைத்துக் கெட்டுப் போன உணர்வுகளை வெளியேற்ற வேண்டும். பிறகு ஆரோக்கியமான உணர்வுகள் உட்புக அங்கு இடம் கொடுக்க வேண்டும். உள்ளே ஆண்டுக்கணக்காக புழுங்கி, அழுகிக் கிடக்கும் அடைபட்ட உணர்வுகளை வெளியேற்ற வேண்டும்.

இதைத்தான் ‘Release Technique’ என்று சொல்வார்கள். லெஸ்டர் லெவன்சென் உருவாக்கிய இந்த சிகிச்சை முறையில் உள்ளே மண்டிக்கிடக்கும் உணர்வுகளை வெளியேற்றுதல்தான் நோய் குணமாகச் செய்யும் சிகிச்சை.

உணர்வுகளும் எண்ணங்களும்தான் உடலைப் பாதிக்கின்றன என்பது உண்மையானால், அந்த உணர்வுகளையும் எண்ணங்களையும் மாற்றினால் உடல்நிலை மாறும்தானே? உள்ளே சிக்கிக்கொண்டு உபாதை தரும் உணர்வுகளை வெளியேற்றி விடுதலை பெறுதல் அவசியம் என்று சொல்கிறது இந்த வழிமுறை.

கடந்த காலத்தின் பாடங்கள் மட்டும் போதும். கடந்த காலக் கசப்புகள் வேண்டாம். அந்த உணர்வுகளைத் தொடர்ந்து வாழ்ந்து பார்ப்பதன் மூலம், நீங்கள் கடந்த காலத்திலேயே சிக்குண்டு கிடக்கிறீர்கள். கழுத்து ஒரு முறைதான் அறுபட்டிருக்கும். ஆனால், ஒவ்வொரு முறையும் நீங்கள் கற்பனைசெய்து பார்க்கும்போது உங்கள் உடலையும் மனத்தையும் மீண்டும் சித்ரவதைக்கு உள்ளாக்குகிறீர்கள். நம்முள் ஆறாமல் இருக்கும் உணர்வுகளை ஆற்ற முதல் வழி அவற்றை வெளியேற்றுவதுதான். எப்படி? அதைத்தான் தொடர்ந்து சொல்லிக்கொடுத்து வருகிறேனே! ஆமாம்; *‘அஃபர்மேஷன்’தான்!*

“என் சிறு வயது அவமான உணர்வுகளை வெளியேற்றுகிறேன்!”

“என் திருமணத்துக்குத் தடையாக இருக்கும் அனைத்துக் கசப்பான உணர்வுகளையும் வெளியேற்றுகிறேன்.”

“என் நோய்க்குக் காரணமான அனைத்து அடைக்கப்பட்ட உணர்வுகளையும் வெளியேற்றுகிறேன்!”

கடந்த காலத்தை நீங்கள் மனத்தளவில் கடக்கவில்லை என்றால், கடந்த காலத்தைத்தான் உங்கள் எதிர்காலமாக மாற்றிக்கொள்வீர்கள்!

18

நினைவு நல்லது வேண்டும்!

நம் ஒவ்வொரு அணுவிலும் கடந்த காலம் உள்ளது. அதைத் துறக்காமல் மாற்றங்கள் இல்லை. நல்ல நினைவுகள் உரமாகும். நஞ்சான நினைவுகள் ஆழ்மனதில் அழுத்தி வைக்கப்பட்டு, மாறுவேடத்தில் தப்பித்து வந்து தொல்லை கொடுக்கும். தீர்க்கப்படாத நெருக்கடிகள் வாழ்க்கை முழுவதும் தொடர்ந்து வரும். நினைவுகள் எண்ணங்களே. ஆனால், நிஜம்போல் உணர வைக்கும் ஆற்றல் கொண்டவை. அதனால்தான் பழைய நினைவுகளை அசைபோடுகையில் மனமும் உடலும் அதற்கு ஏதுவாக மாறிக்கொள்ளும்.

ஞாபகம் வருதே...

பள்ளித் தோழரைச் சந்தித்த வேளையில் பேச்சு. "அந்தக் காலத்தில.." என்று தொடங்கி பழைய நினைவுகளுக்குப் போகும். நல்ல நகைச்சுவை என்றால் மீண்டும் நினைக்கையில், அது பழைய சம்பவத்தைக் கூட்டிக் குறைத்து நினைத்தாலும் ஒரு கொண்டாட்ட நிலைக்குத் தயாராகிறது.

"இவன் என்ன பண்ணான் தெரியுமா? எங்க மாஸ்டர்கிட்ட செம்ம அடி வாங்கிட்டே சிரிக்கிறான்!" இப்போது மனம் அடுத்த கட்டத்தில் வரப்போகும் நகைச்சுவைக்குத் தயாராகிவிடும். கண்ணில் நீர் வழிய சிரித்தவாறு தொடரச் செய்யும்.

"அடி வாங்கிட்டு ஏன்டா சிரிக்கறேன்னு கேட்டா... மாஸ்டர் அடிக்கும் போதுதான் கவனிச்சேன். அவர் பேன்ட்டுக்கு ஜிப் போடலைன்னு சொல்லி சிரிக்க ஆரம்பிக்க, மாஸ்டர் திரும்ப வந்து அடிச்சார். அப்பவும் சிரிச்சான்!" இப்போது உடலும் மனமும் சம்பவம் நடந்த வயதுக்குச் சென்று, அதை வாழ்ந்து பார்க்கின்றன.

தத்ரூபத் துன்பம்

இதுவே ஒரு துயரச் சம்பவம் என்றாலும், இதேபோல மனமும் உடலும் பழைய நினைவுகளில் வாழ்ந்து பார்க்கும். அதே வலியும் அதே துன்பமும் தற்போது நிகழ்வதாக நினைத்து அந்த வேதனையை வாழ்ந்து பார்க்கும். இன்பத்தைவிடத் துன்பம் தத்ரூபமாக இருக்கும்.

“இப்ப நினைச்சாலும் மனசில அப்படி இருக்கு!” என்று சொல்லக் காரணம், இந்த அனுபவம் மீண்டும் மீண்டும் ஒத்திகை பார்க்கப்பட்டுள்ளதுதான். “அத்தனை பேரும் சும்மா இருந்தாங்க. ஒருத்தர்கூட வாயத் திறக்கல. இவங்களுக்கு நான் எவ்வளவு செஞ்சிருப்பேன்?. ‘ஒண்ணும் கிடையாது’ன்னு அவன் சொல்றான். எல்லாரும் பேசாம திரும்பிக்கிட்டாங்க. அந்த ஆத்திரம்தான் அவங்கள நினைக்கறப்ப எல்லாம் வரும்!” நடந்தது ஒரு முறையாக இருந்தாலும், அதை வாரம் ஒரு முறை முழுவதுமாக வாழ்ந்து பார்த்தால் எப்போது இந்த ரணம் ஆறுவது?

மனித மனதின் சாபம் கற்பனை ஆற்றலைத் தவறாகப் பயன்படுத்துவதுதான்! ரொம்ப கவலை என்று யாராவது சொன்னால் ரொம்ப கற்பனை செய்கிறார்கள் என்று பொருள்.

“நடக்காதுன்னு தெரியும். ஒரு வேளை நடந்துட்டா?” என்பது ஒரு ‘கிளாசிக்’ கவலை. கடந்த காலக் கவலைகளைப் பட்டியல் போட்டால் தெரியும், 90% அநாவசியமான கற்பனையே என்று.

ஒரு கவலை போனால் அடுத்த கவலை வந்து நிற்கும். ஏனென்றால் அது பழக்கம். கவலையின் தரம் உயரும். ஆனால், பழக்கம் தொடரும். சின்ன கவலைகள் போய் பெரிய கவலைகள் வரும். அதுவே முன்னேற்றம்.

"வந்த துன்பம் எதுவென்றாலும் வாடி நின்றால் ஓடுவதில்லை!" என்ற கண்ணதாசன் பாடலைவிட, இதை அழகாகச் சொல்ல முடியுமா?

குறை ஒன்றுமில்லை

நான் சிறுவனாக இருந்தபோது எங்கள் தெருவில் வாழ்ந்த ஒரு கிறிஸ்தவப் பெண் என் அம்மாவிடம் பேசிக்கொண்டிருந்தார். மிகுந்த வறுமையுடன் போராடிக்கொண்டிருந்த குடும்பம் அவர்களுடையது.

"எப்படி இருக்கம்மா?" என்று என் அம்மா கேட்க, அந்தப் பெண் சிரித்துக்கொண்டே சொன்ன பதில். "ஆண்டவன் கிருபையில ரொம்ப நல்லா இருக்கோம். அவருக்கு வேலை கிடைக்கலைன்னு ஒரு சின்ன கவலை. மத்தபடி சந்தோஷமா இருக்கோம்!". குடும்பத்தின் ஆதாரமான வேலையும் நிலையான ஊதியமும் இல்லாததை 'சின்ன கவலை' என்று சிரித்துக்கொண்டே சொல்ல என்ன பக்குவம் வேண்டும்!? என்று என் அம்மா சொல்லிச் சொல்லி சிலாகித்தார்.

நேற்றைய நான், நானில்லை.

இன்று புதிதாய் மலரும் ஆற்றல் உள்ளது என்று நம்புவோர்க்கு நேற்றின் கழிவு தேவையில்லை, அதன் பாடங்கள் மட்டும் போதும். கடந்த காலக் கசப்புகளே இன்றைய இனிமையைச் சுவைக்க விடுவதில்லை. தன்னையும் பிறரையும் சதா குற்றம் பாராட்டிக்கொண்டிருந்தால், எப்போதுதான் வாழ்வது?

தங்கள் அடைபட்ட உணர்வுகளை வெளியேற்றிதான் பலரும் வெற்றி கண்டனர். 'Release Technique' மிகவும் ஆற்றல் வாய்ந்தது. கடந்த காலம் என்றால் பல ஆண்டுகள் என்று பொருளில்லை. சென்ற நொடிகூட கடந்த காலம்தானே? அப்போது வருகிற வலியையும் துயரையும் அன்றாடம் உடனுக்குடன் வெளியேற்றிவிட்டால், மனத்தில் அன்பும் அமைதியும் குடிகொள்வதற்கு எத்தனை வசதியாக இருக்கும்?

19

மன நச்சை வெளியேற்றுங்கள்

அந்த நிறுவன முதலாளிக்கு தீராத முட்டி வலி. எந்த வைத்தியமும் பலிக்கவில்லை. இரு முட்டிகளிலும் அறுவை சிகிச்சை செய்தும் முழு நிவாரணம் இல்லை. என் பயிற்சியின்போது அஃபர்மேஷன் பற்றிக் கேள்விப்பட்டு, அதைப் பற்றி நிறைய படித்தார். பிறகு என்னிடம் வந்தார். அவரிடம் கட்டுக்கடங்காத கோபம் இருப்பது தெரிந்தது. ஆராய்ந்தபோது, அது அவருடைய பெற்றோர்கள் மீது என்று புரிந்தது. தனக்குச் சொத்தில் உரிய பாகத்தைத் தரவில்லை என்று கோபித்துகொண்டு வந்தவர், அவர்கள் இறக்கும்வரை பேசாது இருந்தார். இன்றும் அதற்கு வருந்தாமல், அவர்கள் மேல் கடும் அதிருப்தியில் இருந்தார். அவர் செய்ய வேண்டியது என்ன என்பதை விளக்கினேன். மன்னிப்பு வழங்குதல் எப்படி பிரச்சினைக்கு நிவாரணம் தரும் என்று அவரிடம் விளக்கினேன்.

மன்னிப்பு அளியுங்கள்

உடனே ஒப்புக்கொள்ளாத மனிதர் மீண்டும் நிறைய படித்துவிட்டு வந்தார். மன்னிப்பு அளித்தல் எப்படி ஒரு ஹீலிங் முறை என்பதை முழுமையாக நம்பி வந்தார்.

“இப்ப சொல்லுங்க டாக்டர், என்ன செய்யணும்?” என்று கேட்டார். அவரைக் கடந்த காலத்துக்கு அழைத்துச் சென்று, அவருடைய பெற்றோரை மன்னிக்கச் செய்தேன். எப்படி? உங்களுக்குச் சொல்லித்தந்த அஃபர்மேஷன் முறையில்தான்.

ஒவ்வொருவராக, ஒவ்வொரு நிகழ்ச்சியையும் நினைவுகூர்ந்து மன்னிப்பு வழங்கினார். அன்று இரவு அவ்வளவு அற்புதமாகத் தூங்கியதாக போனில் சொன்னார். ஒரு மாதத்தில் அவர் முட்டி வலி முழுமையாக நீங்கியதாக நேரில் வந்து தெரிவித்தார்.

எப்படி நிகழ்ந்தது இது? தீவிர எதிர்மறை எண்ணங்களும் தீர்க்கப்படாத நெருக்கடிகளும் ஆழ்மனத்தில் தங்கும். ஒவ்வொரு உணர்வும் ஒரு உடல் பாகத்தில் தங்கும். பழைய மன வலிகளையும இன்றைய உடல் பிரச்சினைகளையும் பொருத்திப் பார்க்கும் அறிவு நம் மனத்துக்கு இயல்பாகவே உண்டு. ஆனால், இயற்கை வாழ்விலிருந்து விலக விலக, உடலின் மொழியை அறியும் திறனை நாம் இழக்கிறோம். சரி, மன்னிப்பு வழங்குதல் எப்படி உடல் நலத்தைச் சீரமைக்கிறது என்று பார்ப்போம்.

கோபம் எனும் எரிமலை

தீராத கோபம் எதிராளி மீது இருந்தாலும், அதன் முழு பாதிப்பு நம் உடம்பில் மட்டும்தான். எதிராளியின் மீது துப்புவதற்காக வாயில் திராவகத்தை நிரப்பிக்கொண்டு காத்திருப்பதைப் போன்றது இது. பல நேரம் அந்தக் கோபம் முழுமையாக அல்லது முறையாகக்கூட போய்ச் சேராது. சம்பந்தப்பட்டவர் எங்கோ விலகிக்கூடப் போயிருக்கலாம். ஆனால், அந்தப் பகை உணர்வு உள்ளே வளர்ந்துகொண்டே வருகிறது. நம்மில் பலருக்கு யாரோ ஒருவர் மீது தீராத, மன்னிக்க முடியாத கோபம் இருக்கிறது. அப்படி என்றால், நாம் ஓர் எரிமலையை விழுங்கி வைத்துள்ளோம் என்று பொருள்! உங்களின் கோப எரிமலை எதிராளியைச் சிறிது பாதிக்கலாம். ஆனால், கோபத்தைச் பொத்தி வைத்துள்ள உங்களை முழுமையாகப் பாதிக்கும்.

கோபத்தில் கொலை செய்தவர்கள்கூட ஆரோக்கியமாக இருப்பார்கள். ஆனால், கோபத்தில் (கருவிக் கொண்டே) எதுவும் செய்ய இயலாதவர்கள், அந்தக் கோபத்தால் பல நோய்களை வரவழைத்திருப்பார்கள். கோபத்தில் கொலை செய்தவர் அதற்கு வருந்தி தன்னை அறியாமல் மன்னிப்பு வழங்கி உளமாற, மன அளவில் விடுதலை பெற்று வாழ முடியும். சிறைச்சாலையில் இருந்தாலும். ஆனால், நாள்தோறும், "அந்த ஆள் மட்டும் கையில கிடச்சான்னு வச்சுக்கோ.." என்று புகைந்து, "அவனுக்கு நல்ல சாவு வராது, அவன் கண்டிப்பா அனுபவிப்பான்!" என்று சாபம் கொடுப்போர் தங்களைத்தான் பழிவாங்கிக் கொள்கின்றனர்.

அவர்களுடைய வார்த்தைகளும், எண்ணங்களும் உணர்வுகளும் உடலுக்குள் தேங்கிப் போகின்றன. போதாக்குறைக்கு அவை தொடர்ந்து வளர்க்கப்பட்டு வருகின்றன. இவை உடலில் நோய்களாக உருவெடுக்கின்றன என மேலை மருத்துவ அறிவியல் ஆய்வுகள் தெரிவிக்கின்றன.

வெளியேற்றி விடுங்கள்!

இதை நம்ப முடியவில்லையா? ஒரு சிறு பயிற்சி செய்யுங்கள். இரவு தூங்குவதற்குமுன் செய்யுங்கள். உங்கள் வாழ்வில் யார் யார் மீது கடும் அதிருப்தி, கோபம் என்று பட்டியல் போடுங்கள். அதில் யாரைக் கண்டிப்பாக மன்னிக்க முடியாது என்று தேர்வு செய்துகொள்ளுங்கள். அவரை மனதார அழைத்து, அவர் பெயர் சொல்லி இதைச் சொல்லுங்கள். "நீங்கள் எனக்குக் கெடுதல் செய்ததாக நினைத்து, உங்கள் மீது கடும் கோபத்தில் இருந்தேன். அதனால் சில பாடங்களைப் பெற்றேன். அதற்கு நன்றி. உங்கள் மேல் உள்ள கோபத்தை இன்று விடுவிக்கிறேன். உங்களை மனப்பூர்வமாக மன்னித்து, உங்களை விடுதலை செய்கிறேன்."

இதை எழுதுவதும் சுகம் தரும். மனத்தில் கோபம் தீரும்வரை சொல்லுங்கள். எழுதுங்கள். பிறகு எப்படி உணர்கிறீர்கள் என்று பாருங்கள். மலம் கழிக்காத உடல் எப்படி விஷத்தன்மை பெறுமோ, அதுபோல மனக்கழிவுகள் வெளியேறாதபோது அவை நச்சாக மாறும். இரண்டுக்குமே, தினசரி கழிவைக் கழிப்பது நல்லது!

20

ஆனாலும் அன்பு மாறாததா?

"முன்னெல்லாம் கல்யாணம் பண்ணி வெச்சா நம்ம வேலை முடிஞ்சிடும். இப்ப கல்யாணம் பண்ணி வெச்சாலும், எப்படிச் சேர்ந்து வாழ்வாங்களோங்கற பயம் இருந்துட்டே இருக்கு."

மணமுறிவுகள் அதிகமாகி வருகின்றன. விவாகரத்து செய்யாவிட்டாலும் மோசமான திருமண வாழ்க்கை வாழ்பவர்கள் பலர். இன்னொரு புதிய போக்கு உருவாகி வருகிறது. "எனக்குக் கல்யாணமே வேண்டாம். தனியாக வாழ்கிறேன்" என்று திருமணத்தையே நிராகரிக்கும் போக்கு. ஒரு தந்தை இன்னொரு பரிமாணத்துடன் வந்தார்.

"என் பொண்ணு அமெரிக்காவில இருக்கா எம்.ஐ.டி.ல படிச்சவ. அதனால ஐ.வி. லீக் பிசினஸ் ஸ்கூல்ல படிச்ச இந்தியன்தான் வேணும்னா. இதில்லாம ஆறு கண்டிஷன் போட்டாள். ஒருத்தன்கூட கிடைக்கல. நாப்பது வயசானவுடன் இப்ப சொல்றா, யாராயிருந்தாலும் ஓகே. ஜாதகம் மட்டும் பாருங்கன்னு. இப்ப வர்ற ஆளெல்லாம் டைவர்சி அல்லது விடோயர்தான். கொஞ்சம் அட்ஜஸ்ட் பண்ணியிருந்தா நல்ல வரன் வந்தப்பவே முடிச்சிருக்கலாம்."

விரியும் எல்லை

வேலைக்குப் போனவுடன் கல்யாணம் என்ற சமூக நியதி மெல்ல மெல்ல மாறி சொந்தமாக ஒரு வண்டி, அபார்ட்மென்ட் என்று செட்டில் ஆனவுடன்தான் திருமணம் எனும் போதே வயது கூடிப்போகிறது. நிலைமை உயரஉயர எதிர்பார்ப்புகள் எகிற ஆரம்பிக்கின்றன. இதனால் திருமணங்கள் தடைபடுகின்றன அல்லது உடைகின்றன!

சொந்த விருப்பு வெறுப்புகள் தவறா என்ன? மாப்பிள்ளை முகத்தைக்கூடப் பார்க்காமல் கட்டிக்கொண்டு கஷ்டமோ நஷ்டமோ சேர்ந்து வாழ வேண்டும் என்ற நியதி இன்று இல்லை. பல வகையில் இது தனிமனித விடுதலையையும் மீட்சியையும் தந்திருந்தாலும், திருமணம் எனும் அமைப்பு மிகுந்த சிக்கலான

விஷயமாக மாறி வருவது உண்மை. இதற்கு முக்கியக் காரணம் திருமணம் என்பது இன்றைக்கு குடும்ப நிகழ்வாக இல்லாமல் தனிமனித ஏற்பாடாக மாறிவிட்டதுதான்.

"அவன் இஷ்டம். இதுக்கு மேல எதுவும் சொல்ல முடியாது" என்று பெற்றோர்கள் மெல்லப் பின்வாங்குவது தெரிகிறது. வாழ்க்கையில் மட்டுமல்ல; திருமணம் எனும் ஒரு நிகழ்விலும் ஆயிரம் எதிர்பார்ப்புகள். சக்திக்கு மீறிய செலவு செய்துத் தம்பதி இசைந்து, மகிழ்ந்து வாழவில்லை என்றால், அவர்களுக்கும் சம்பந்தப்பட்ட குடும்பத்தினருக்கும் எவ்வளவு வலி? எல்லாக் கொடுமைகளையும் அநீதிகளையும் சகித்துக்கொண்டு வாழ வேண்டாம். ஆனால், சின்ன உரசல்களைக்கூட சரி செய்துகொள்ளத் தெரியாமல் முறித்துக்கொண்டு போவது எத்தனை பெரிய அவலம்?

எதிர்பார்ப்புகள், ஏமாற்றங்கள்

திருமணம் என்றில்லை எல்லா உறவுகளிலும் ஏமாற்றம் வருவதற்குப் பெரும் காரணம் எதிர்பார்ப்புகள் பொய்த்துப் போவதுதான். தான் எதிர்பார்க்கும் அனைத்து எதிர்பார்ப்புகளுடனும் ஒரு மானிடப் பிறவி இந்த பூமியில் இருப்பதற்கான சாத்தியக்கூறுகள் மிகக் குறைவு என்பது புரிய வேண்டும். சட்டை அல்லது ரவிக்கை தைப்பதுபோல் அளவு எடுத்து தைத்துக் கொடுக்கப்படும் பொருள் அல்ல திருமணம். எவ்வளவு தேர்வு செய்தாலும் 100% மேட்சிங் கிடைக்காது. அதேபோல்தான் உங்கள் வாழ்க்கைத் துணை எதிர்பார்க்கிற 100% மேட்சிங்கும் நீங்கள் இல்லை.

எல்லாக் காலத்திலும் நம் எதிர்பார்ப்புகளை நாம் நியாயப்படுத்துவோம். அவை மிகவும் அத்தியாவசியமானவை என்று சண்டையிடுவோம். பொருளாதார வளர்ச்சி, தொழில்நுட்பம், மின்னணு ஊடகங்கள் எல்லாம் வந்தபின், நம் எதிர்பார்ப்புகள் ஆயிரம் மடங்கு பெருகிவிட்டதை நாம் உணர்வதே இல்லை. அதேபோல எதிராளி கொள்ளும் எதிர்பார்ப்புகளால் நாம் எப்படி உருச்சிதைந்து போகிறோம் என்றும் உணர்வதே இல்லை. இதனால் திருமண நிகழ்வும் சரி, அமைப்பும் சரி பெரும் அலுப்பைத் தருகின்றன.

தயார்படுத்துதல் என்பது என்ன?

திருமணத்துக்குத் தயாராதல் என்பது வீட்டைச் சரிசெய்து ஷோ செய்வது அல்ல. வரப்போகும் பந்தத்துக்கு தன்னைத் தயார்செய்துகொள்வது. பல மேலை நாடுகளில் இதற்குக் கவுன்சிலிங் போகிறார்கள். கையில் இருக்கும் 'ஆப்'பை தட்டினால் அரை மணிநேரத்தில் எதுவும் வீடு தேடி வரும் என்ற மனப்பான்மை இன்றைய 20 வயசுக்காரர்களைப் பெரிதும் பலவீனப்படுத்தி விட்டது. தன் கணவனோ மனைவியோ தான் சொல்வதை அரை மணிநேரத்தில் செய்யப்போவதில்லை என்று அறியும்போதே, ஆட்டம் காண ஆரம்பிக்கிறது அந்த உறவு. "பிடிக்கலையாம். அதான் பிரிஞ்சிட்டாங்களாம்!" என்று சொல்வதற்கு மேல் இதில் இடமில்லாமல் போய்விட்டது.

பொறுமையாக இருந்தால் சரியாகும் என்ற பழைய அறிவுரை போதாது. அடிப்படை மாற்றம் நிகழ வேண்டிய இடம் திருமணம் பற்றிய எண்ணங்கள், எதிர்பார்ப்புகளில்தான். உங்கள் வாழ்க்கைத் துணை பற்றிய எல்லா எதிர்பார்ப்பையும் முழுமையாகப் பட்டியலிடுங்கள். அதேபோல் உங்கள் மேல் உங்கள் வாழ்க்கைத் துணை கொண்ட எதிர்பார்ப்புகள் என்னவாக இருக்கும் என ஊகித்துப் பட்டியல் இடுங்கள். பட்டியலை பரிமாறிக்கொள்ளுங்கள். இது பிரச்சினையைத் தீர்க்காது. ஆனால், பிரச்சினை எங்கு என்று புரியத் தொடங்கும். எங்கு, எப்படி உறவைச் சரிசெய்வது என்பதை அடுத்து ஆழமாகப் பார்க்கலாம்.

மோசமான பையனோ அல்லது ஒரு மோசமான பெண்ணோ இருக்க வேண்டிய அவசியமில்லை - ஒரு மோசமான திருமணத்துக்கு!

21

உறவில் சிக்ஸர் அடிக்க என்ன செய்வது?

உணர்வின் விசை

உலகம் முழுவதும் நம் வீட்டுக்குள் வராத காலத்தில், குடும்ப வாழ்க்கை அதிகம் சிக்கல்படவில்லை. 'இதுதான் வாழ்க்கை' என்று எதையும் ஏற்றுக்கொண்டு வாழும் பக்குவம் இயல்பாகவே வந்துவிடுகிறது. இன்று உலகில் உள்ள அனைத்தும் நம் கைக்குள் வர, ஒவ்வொருவரும் ஒரு தனி உலகமாக இயங்கத் தொடங்க, ஒவ்வொரு உறவும் பெரும் சுமையாக மாறிவருகிறது. நம் உணர்வுகளின் விசை, இப்போது நம்மிடம் இல்லை. அது நொடிக்கு நூறு வகையாக மாறுவதற்கான அத்தனைத் தூண்டல்களும் இன்று நம் கைபேசிக்குள்ளேயே உண்டு. ஆனாலும் இவற்றைப் பற்றி சற்றும் யோசிக்காமல் எதிராளியை மட்டும் குற்றம் சொல்கிறோம். பையன் வீட்டில் பெண்ணைக் குற்றம் சொல்வதும், பெண் வீட்டில் பையனைக் குற்றம் சொல்வதுமாக இது முடிகிறது.

ஏமாற்றங்களைப் பழக்காத பெற்றோர்

எதிர்பார்ப்புகள் பொய்க்கும் சூழல்களை இன்றைய பெற்றோர் குழந்தைகளுக்குத் தருவதே இல்லை. பிள்ளைகள் ஏமாற்றம் அடையவே கூடாது என்று பார்த்துப் பார்த்து வளர்ப்பதுதான் சிறந்தது என்று தவறாகப் புரிந்து கொள்ளப்பட்டுள்ளது. 'இல்லை' என்று சொல்லாமல் குழந்தைகளை வளர்ப்பதையே குறிக்கோளாகக் கொண்டிருக்கிறார்கள். இதனால் குழந்தைகள் மன அளவில் கடுமையாக பலவீனப்படுகிறார்கள் என்பதைப் பெற்றோர் உணர்வதேயில்லை.

நிராகரிப்பும், பற்றாக்குறையும், நெருக்கடியும் மனத்தை எப்படி உறுதிப்படுத்துகின்றன என்பதை அறியவிடுவதே இல்லை. அதையும்

தாண்டி வரும் துன்பத்தை பெற்றோர்களே ஓடிவந்து துடைத்துவிடுகிறார்கள். பிரச்சினைகளை எதிர்கொள்ளும்போது ஏற்படும் உணர்வு மாற்றங்கள் மனத்தை எப்படிப் பக்குவப்படுத்தும் என்பது தெரியாமல், ஒரு சந்ததி வளர்ந்துவருகிறது. இந்த இளம் சந்ததி சந்திக்கும் முதல் அமிலச் சோதனை திருமண உறவுதான்.

எதிர்பார்ப்புகளின் நிறங்கள் மாறியிருக்கலாம். அது வளர்ந்த சூழலுக்கு ஏற்ப வேறுபடலாம். ஆனால், அதன் செயல்பாடுகள் ஒன்றே. பொய்க்கும் எதிர்பார்ப்புகள் ஏமாற்றத்தைத் தரும். ஏமாற்றம் கோபத்தைக் கொடுக்கும். கோபம் எதிராளியைக் காயப்படுத்தும். காயப்பட்ட எதிராளி காயப்படுத்துவார். இப்போது எதிர்பார்ப்புகள் பற்றி பேச்சு இருக்காது. எதிராளியின் மோசமான கோபமும் அது தந்த காயங்களுமே மனதில் நிற்கும். மிகுந்த அன்பும், புரிதலும், நிதானமும் இருந்தால் இந்தக் குறைகளும் சண்டைகளும் பின்னுக்குத் தள்ளப்பட்டு, அங்கு உறவு பாதுகாக்கப்படுகிறது. இல்லாவிட்டால், வீங்கிப் போன அகந்தை வேலையைக் காட்டத் தொடங்கிவிடும்.

எதிர்பார்ப்புகளைக் குறையுங்கள்

அப்போது 'நான் யார் தெரியுமா?' என அகந்தை வீறிட்டு எழும். 'உன்னை என்ன செய்கிறேன் பார்!' என எதிராளியைத் தாக்கிப் பார்க்கும். உறவுக்குள் வீர விளையாட்டுகள் ஆடும்.

எல்லா நல்ல உள்நோக்கங்களும் நற்செயல்களாக முடிவதில்லை. இப்படிச் சொன்னால் இன்னமும் சரியாக இருக்கும். மோசமான முடிவுகள்கூட நல்ல நோக்கத்துடன் எடுக்கப்பட்டவையே. தற்காப்பு, தன்மானம் போன்றவை நல்ல நோக்கங்கள்தான். ஆனால், பயம் - கோபத்துடன் எடுக்கப்படும் முடிவுகள் பெரும்பாலும் தவறாகத்தான் இருக்கும். வாழ்வதும் பிரிவதும் அவரவர் உரிமை. இதில் சரி, தவறு என்று எதுவுமில்லை. ஆனால், தவறான மனநிலையில் எடுக்கப்படும் பல முடிவுகளுக்கு நாம் பிற்காலத்தில் வருத்தப்படுவோம்.

எல்லாமே எதிர்பார்ப்புகள் செய்யும் வேலை என்றால், அவற்றைத் தட்டித் தரம் பார்த்து அவ்வப்போது சரிசெய்வது முக்கியம்தானே? முக்கியமாக எதிர்பார்ப்புகளைக் குறைத்தல் மிகுந்த மனவலிமையைக் கொடுக்கும். அதனால் இந்த 'அஃபர்மேஷன்' நல்லது.

'என் மனைவி மேல் உள்ள அனைத்து எதிர்பார்ப்புகளையும் நிபந்தனையின்றி விடுவிக்கிறேன்.' 'மனைவி' என்ற இடத்தில் 'கணவர்', 'அப்பா', 'அம்மா' என்று யாரிடம் உறவுச்சிக்கல் இருக்கிறதோ, அவர் பெயரை இட்டுப் பயிற்சி செய்யுங்கள். எந்த எதிர்பார்ப்புமே இல்லையென்றால் எப்படிச் சரியாகும் என்று கேட்கலாம். இதை சில நூறு முறை ஜெபிப்பதால் நீங்கள் துறவியாகி விடப்போவதில்லை. ஆனால், சில அழுத்தமான

எதிர்பார்ப்புகளைச் சற்று அசைத்துப் பார்க்கப் போகிறீர்கள். அது தரும் மாறுதல்கள் உங்களுக்கும் சம்பந்தப்பட்டவருக்கும் நிவாரணம் தரும்.

இதைச் செய்யும்போது இன்னொரு முக்கிய விஷயம் புலப்படும். நீங்கள் பிறரிடம் வைக்கும் எதிர்பார்ப்புகள் அனைத்தும் நீங்கள் உங்கள் மேல் கொண்டுள்ள எதிர்பார்ப்புகளின் பிம்பங்களே. அதனால் உங்களை நீங்கள் செழுமைப்படுத்த, இன்னொரு வாக்கியத்தையும் சேர்த்துக்கொள்ளலாம். 'நான் என் மேலுள்ள அனைத்து எதிர்பார்ப்புகளையும் நிபந்தனையின்றி விடுவித்து விடுதலை பெறுகிறேன்'.

எதிர்பார்ப்பு எனும் இரைச்சல்

ஆட்டக்காரன் கூட்டத்தின் கூக்குரல்களையும் எதிர்பார்ப்புகளையும் நினைத்தால் இயல்பாக விளையாட முடியாது. கூட்டத்தின் எதிர்பார்ப்புகளை பூர்த்திசெய்ய வேண்டும் என்பதும் ஒரு சுய எதிர்பார்ப்புதான். அவர்கள் கூச்சலிடாமல் இருந்தால்தான் நன்றாக விளையாட முடியும் என்பதும் அவர்கள் மேல் உள்ள எதிர்பார்ப்பு. இவை அனைத்தையும் முழுமையாக வெளியேற்றி, வரும் பந்தில் மட்டும் மனத்தை வைத்தால்தான் சிக்ஸர் அடிக்க முடியும்.

உள்ளும் புறமும் உள்ள இரைச்சலை நீக்கிப் பந்தில் கவனம் வையுங்கள். உங்கள் உறவு விளையாட்டின் பந்து எது? அன்புதான்!

22

தவறுகளை பூதக்கண்ணாடி வைத்துப் பார்க்காதீர்கள்!

மன்னிப்பு வழங்குதல் ஓர் ஆன்மிகச் சுத்திகரிப்பு என்றுதான் துறவிகள் நம்பினார்கள். தங்கள் மத நம்பிக்கைக்கு ஏற்ப, இதை அவர்கள் கையாண்டார்கள். பிறகு, அதன் சுகமளிக்கும் பலனைக் கண்டு உளவியல் சிகிச்சையில் இதைப் பெரிய அளவுக்குப் பயன்படுத்தத் தொடங்கினார்கள். தற்போது மருத்துவ சிகிச்சையில் மன்னிப்பு வழங்குதலின் பலன்கள் ஆராயப்படுகின்றன. மன்னிப்பு வழங்கும்போது, உடல் நோய் எதிர்ப்பாற்றலைப் பெறுகிறது. புற்றுநோய் வருவதைத் தடுக்கிறது; புற்றுநோய் சிகிச்சை பெறுபவர்களில் மன்னிக்கும் குணம் கொண்டவர்கள் விரைவில் குணமடைகிறார்கள்.

மன்னிக்கும் டைரி

மன்னிப்பு வழங்கவே ஒரு டைரி வைத்துக்கொள்ளும் பழக்கத்தை உளவியல் சிகிச்சையாளர்கள் வலியுறுத்துவார்கள். தினசரி மன்னிப்பு கேட்டு, அதை முழுமையாக எழுதி வெளியேற்றுவது மிகச் சக்தி வாய்ந்த சிகிச்சை முறை. ஒரு நாளில் யார் யார் மீது கோபமும் பகையும் வெறுப்பும் அதிருப்தியும் கொண்டீர்களோ, அவர்கள் ஒவ்வொருவரையும் மனதார அழைத்து மன்னிப்பு கோரி அவர்களை விடுவியுங்கள். நடந்தவற்றை தர்க்கரீதியாகப் பார்த்தால், உங்கள் பக்கம் நியாயம் இருக்கலாம். மன்னிப்பு கேட்பதே தவறு என்றுகூடத் தோன்றலாம். ஆனால், மன்னிப்பு வழங்குதல் மட்டுமே உங்கள் மனத்துக்கும் உடலுக்கும் நல்லது என்று உணரும்போது, அதை இயல்பாகச் செய்வீர்கள்.

அன்பும் கோபமும்

யாரிடமெல்லாம் உங்களுக்குத் தினசரி கோபம் வருகிறது என்று பட்டியல் இட்டுப் பார்த்தால், உங்களுக்கு ஓர் ஆச்சரியம் காத்திருக்கும். நீங்கள் அதிகம் அன்பு செலுத்துவோர் மீதுதான் நிராசைகளும் ஏமாற்றங்களும் கோபங்களும் அதிகம் இருக்கும். குறிப்பாகச் சொன்னால், நீங்கள் யாரிடம் அதிக நன்மை பெறுகிறீர்களோ, அவர்கள் மேல்தான் அதிக ஏமாற்றங்கள் இருக்கும். பெற்றோர்கள், ஆசிரியர்கள், மேலதிகாரிகள், வாழ்க்கைத் துணை, பிள்ளைகள், நமக்கு உதவும் உறவுகள் என்று யாரெல்லாம் நமக்கு அதிகம் செய்கிறார்களோ, அவர்கள் மேல்தான் எல்லா வருத்தங்களும் இருக்கும். அதிகம் பெறாத உறவுகளில் எதிர்பார்ப்புகளும் குறைவு; ஏமாற்றங்களும் குறைவு.

உதாரணத்துக்கு ஒரு குடும்பத்தில் தந்தை சரியில்லை; எதுவும் செய்யவில்லை என்றால் அது பெரும்துயராக இருந்தாலும், அதை விரைவில் மனம் ஏற்றுக்கொள்ளும். நாளடைவில் பெரிதாக எதையும் எதிர்பார்க்காது. ஆனால், தந்தைக்கும் சேர்த்துப் பங்களிக்கும் தாயின் மேல் அன்பும் எதிர்பார்ப்புகளும் மிக அதிகமாக இருக்கும். அம்மா செய்யும் தவறுகள் பெரிதாகத் தெரியும். இது ஒவ்வோர் உறவுக்கும் பொருந்தும். உங்கள் மீது அன்பு செலுத்தும் காதலர் அல்லது வாழ்க்கைத் துணையின் சிறு குறைகள் பூதாகரமாகத் தெரியும். உங்களை மதிக்காத, அன்பு செலுத்தாத பலரை மிக இயல்பாக நடத்துவீர்கள். அடிப்படை இதுதான், செய்யச் செய்ய எதிர்பார்ப்புகள் ஏறும். ஏமாற்றங்கள் எகிறும். செய்ததைப் பார்க்காத மனம், செய்யாததைப் பூதக்கண்ணாடி வைத்துப் பார்க்கும்.

ஒரு படத்தில் நடிகர் சூரி சொல்லும் வசனம் இதை அழகாக உணர்த்தும். “செய்யாதவனை விட்டுருவீங்க. செஞ்சவனைத்தான் வச்சு செய்வீங்க!”

மனத்தின் இயல்பு இது. இல்லாததைத் தேடி ஓடுவது. ஏமாற்றம் கொள்வது; அஞ்சுவது; சீறுவது. இதைச் சற்று உற்று நோக்கினால் நம் மனம் நம் வாழ்க்கைக்கு எதிராகச் செய்யும் உள்ளடி வேலைகள் புரியும்.

பலிகடா உறவுகள்

இரு தோழிகள் பேசிக்கொள்கிறார்கள்.

“பிறந்த நாளுக்கு ஒண்ணும் தரலை. வெறுங்கையை வீசிட்டு வந்து நின்னார். அதுலேர்ந்துதான் பேசறதை நிறுத்திட்டேன். அவ்வளவு சாதாரணமாப் போயிட்டோமா என்ன?”

“அடியே... உம் புருஷன் பரவாயில்லை. எங்காளு நான் சம்பாதிச்ச காசு நூறு ரூபா இருந்தாலும் எடுத்துட்டு குடிக்கக் கிளம்பிடுவாரு. உனக்கு இன்சூரன்ஸ் இருக்கு. எனக்கு ஏதாவது வந்தா எந்த நாதியும் கிடையாது.”

“அவரு முதல்லேர்ந்து அப்படிடீ. இவருக்கென்ன கேடு? போன வருஷம் அவங்க அக்கா பொண்ணுக்கு மட்டும் போயி கரெக்டா சீர் பண்ணத் தெரியுதுல்ல? அப்ப நான்னா என்ன வேணா பண்ணலாம்... கேக்க மாட்டான்னுதானே எண்ணம்?”

இதற்கு முன்னும் பின்னும் என்ன நடந்திருக்கும் என நீங்களே ஊகித்துக்கொள்ளுங்கள். வரங்களை மறக்கும், சாபங்களைத் தினம் தேடித்தேடி கற்பனை செய்துகொள்ளும். இந்த மன விளையாட்டின் பலிகடாக்கள் நம் நெருங்கிய உறவுகள்.

ஏமாற்றமும் கோபமும் நெருங்கிய உறவுகளில் இருந்தால், அது ஒரு மனப்பழக்கமாகி வருவோர் போவோரிடமெல்லாம் வருத்தம் கொள்ள வைக்கும்.

முகம் தெரியாத ஆட்கள் முதல் குடும்பத்திலுள்ள நெருங்கிய உறவுகள்வரை யார் மீது வருத்தமும் கோபமும் கொண்டாலும், அவை தங்கிப் போகும் பாத்திரம் உங்கள் உடல்தான். அத்தனை உஷ்ணத்தையும் அழுக்கையும் காலங்காலமாகச் சேர்த்து வைத்தால் அந்தப் பாத்திரம் என்னாகும்? அதைத் தினசரி துலக்குதல் நன்று. தவறு யார் மீது இருந்தாலும் வந்த கோபத்தை வெளியேற்றி, எதிராளியிடம் மானசீகமாக மன்னிப்பு கோரி, அமைதி கொள்ளுவதே புத்திசாலித்தனம்.

வெப்பத்தைத் தணியுங்கள்

இப்படி அழுக்கும் உஷ்ணமும் நாளும் சேராமல் இருந்தால், நாள்தோறும் மன்னிப்பு கேட்டு கழுவி வைக்க வேண்டிய அவசியமே இருக்காதே என்று தோன்றுகிறதா? அதுவும் சாத்தியம்தான். மனம் கோபம் கொள்ளும்போதே, அதை உணர்ந்து மன்னிப்பு கோரி வெளியேற்றிவிடுவது.

"நீ சொல்வதைக் கேட்டால் எனக்குக் கோபம் வருகிறது. ஆனால், கோபம் கொள்ளுதல் என் உடலுக்கும் நம் உறவுக்கும் நல்லதல்ல. எதை முடியுமோ அதை மட்டும் செய்யலாம். வீண் வார்த்தைகள் வேண்டாம். நான் கோபம் கொண்டதற்கும் மன்னிப்பு கேட்கிறேன். நீயும் இந்தக் கோபத்திலிருந்து வெளியேறி விடுதலை கொள்!" என்று அந்த நொடியிலேயே விழிப்புணர்வுடன் பிரார்த்திக்கலாம்.

எப்படி அந்த விழிப்புணர்வை அடைவது? தியானம்தான் அதற்குச் சிறந்த வழி. அந்த அளவு விழிப்புணர்வு வரும்வரை தினசரி மன்னிப்பு கோருதல் அவசியமாகிறது.

23

வெறுப்புக்குப் பழங்குடி சிகிச்சை!

'**ஹோ**ஓப்பானோபானோ' என்பது ஒரு ஹவாய் பழங்குடியின் ஹீலிங் முறை. இது ஒரு மன்னிப்பு கோருதல் போன்றதுதான். ஆனால், சற்றே ஆழமானது. ஆழ்மன வெறுப்பு, கோபம் அல்லது துக்கத்தை வெளிக் கொணர்ந்து அதன் மூலம் உடலைச் சுத்தப்படுத்தும் வழிமுறை இது.

உடலில் நோய் வந்தால் அதற்கு ஆழ்மனத்தில் உள்ள கோபமோ வருத்தமோதான் காரணம் என்று இந்தப் பழங்குடிகள் நம்புகிறார்கள். அதனால் ஒருவர் சுகவீனமாக இருந்தால், அதை அவர்கள் உடல் சம்பந்தப்பட்ட பிரச்சினையாக மட்டும் பார்ப்பதில்லை. சரிசெய்ய வேண்டிய ஒன்றின் தேவை வந்துவிட்டதாக உடனே உணர்கிறார்கள். அது ஒருவர் சம்பந்தப்பட்டதாக மட்டும் இருக்காது; கண்டிப்பாக மற்றவர்களின் பங்களிப்பும் உண்டு என்பதால், பெரும்பாலும் இது குடும்பமாகத்தான் கையாளப்படும். வீட்டில் பெரியவர்தான் இதைச் செய்துவைப்பார். அவரும் அதில் சம்பந்தப்பட்டிருந்தாலோ வேறு காரணங்கள் இருந்தாலோ, அந்தப் பழங்குடி இனத்தில் உள்ள வேறு ஒரு பெரியவர் அழைக்கப்படுவார்.

கலந்து பேசுதல், பிரார்த்தனை, சுய சுத்திகரிப்பு, மன்னிப்பு கோருதல் எல்லாம் நடக்கும். இறுதியில் ஒரு குறிப்பிட்ட மூலிகையை உண்டு இந்தச் சடங்கை முடித்துக்கொள்வார்கள். எந்தக் கிலேசமும் மன அளவில் தங்காமல் இருக்க இவர்கள் குடும்பமாக, கூட்டமாக இதைச் செய்கிறார்கள். இதைச் செய்து முடித்தால் உடல்நலம் குன்றியவர் தேறுவதை உறுதிசெய்கின்றனர்.

நோயின் அர்த்தம்

உடல் நலமற்றவருக்கு இது பிரச்சினை எனக் கொள்ளக் கூடாது. அவர் ஓர் உறவு அல்லது குடும்பச் சீர்கேட்டைத் தன் உடல் மூலம் தெரிவிக்கிறார் என்று பொருள். அவருக்கு மட்டும் தனியே வைத்தியம் செய்வதில் அவர்களுக்கு நம்பிக்கை இல்லை. அவருடன் தொடர்புகொண்ட அனைவரையும் வைத்திய நடைமுறைக்கு உட்படுத்துகின்றனர்.

சம்பந்தப்பட்டவர் தன் உள் மன போராட்டத்தைக் கொட்டித் தீர்க்க உதவுகிறார்கள். இதன்மூலம் தனிநபர்களாகவும் உணர்வுகளுக்கும் உடலுக்கும் உள்ள உறவைப் புரிந்து மேம்படுத்திக்கொள்கிறார்கள்.

இதே போன்ற வழிமுறைகள் உலகமெங்கும் பல பழங்குடிகளிடம் உள்ளன. இவை மெல்ல மெல்ல வளர்ந்த நாடுகளை அடைந்து நல்ல வடிவம் பெற்றுவிட்டது. இன்று பலர் 'ஹோ ஒப்பானோபானோ'வை சிகிச்சை முறையாகக் கற்றுத் தருகின்றனர். யாரும் சுலபமாகப் பயன்படுத்தும் வகையில் அடிப்படையில் நான்கு விஷயங்களைக் கூறுகிறார்கள். அதை முறையாகப் பயிற்சி செய்து பார்த்தேன். ஆச்சரியம் அளிக்கும் வகையில் அற்புதப் பலன்கள் கிடைத்தன.

நலம் தரும் நான்கு

அந்த நான்கு விஷயங்கள்: வருத்தம் தெரிவித்தல், மன்னிப்பு கோருதல், நன்றி சொல்லுதல், அன்பு செலுத்துதல். இதை நான்கு அஃபர்மேஷன்கள் என்றும் சொல்லலாம்.

'நான் வருத்தம் அடைகிறேன்.' (I am sorry)

'நான் மன்னிப்பு கேட்கிறேன்.' (Please forgive me)

'நான் நன்றி செலுத்துகிறேன்'. (Thank you)

'நான் அன்பு செலுத்துகிறேன்.' (I love you)

எந்தப் பிரச்சினை என்றாலும் அடுத்தவர் ஒருவர் சம்பந்தப்பட்டிருப்பார். அவரிடம் இந்த 4 வாக்கியங்களைச் சொல்லுங்கள். நேரில் சொல்லக்கூட அவசியமில்லை. அவரை நினைத்து எழுதுங்கள் அல்லது தனிமையில்கூடச் சொல்லுங்கள்.

முதலில், யாரிடம் பிரச்சினையோ அவரிடம் ஸாரி சொல்லுதல் தர்க்கரீதியாகக் கடினமாக இருக்கும். ஆனால், அதுதான் தொடக்கப் புள்ளி. இந்த முதல் வாக்கியம் நடப்பதில் உங்களுக்கும் பங்கு இருக்கிறது என்பதை உணரச் செய்கிறது. சுயப் பொறுப்பு தெரிவது மாறுதலின் முதல் படி, தன் நிலையை மாற்றுவதுதான் எனப் புரியும். தான் இடம் கொடுக்காமல் இந்த நிலை வராது என்பதால்தான், செய்ததற்கு முதலில் வருத்தம் அடைவது முதல் படி.

தனக்கு வருத்தம் வந்ததைப் போல் எதிராளிக்கும் வருத்தமும் மன உளைச்சலும் ஏற்பட்டுள்ளது. எது சரி, எது நியாயம் என்பதைவிட வருத்தமும் வலியும் எதிராளிக்கும் உண்டு என்று கண்டுகொண்டு மன்னிப்பு கோருதல் இரண்டாம் படி. பாவ மன்னிப்பு பற்றி விரிவாகச் சென்ற அத்தியாயத்தில் பேசியதால், இது உங்களுக்கு எளிதாகப் புரிந்திருக்கும்.

அடுத்து நன்றி சொல்லுதல். எதற்கு? இந்தப் பிரச்சினையைத் தவிர்த்து அந்த உறவைப் பாருங்கள். எவ்வளவு பெற்றிருக்கிறோம்? எத்தனை பலன்கள் கிடைத்திருக்கின்றன? காலம் முழுவதும் செய்ததற்கு நன்றி செலுத்துங்கள். மனதாரச் செய்யுங்கள்.

அன்பு வெல்லும்

கடைசியாக, உங்களையும் அந்த உறவையும் இணைக்கும் வல்லமை பெற்றது எது? அன்பு தானே? அதை முழுமையாக, மனதாரச் சொல்லுங்கள். இது அத்தனை அடைப்புகளையும் நீக்கி உள்ளிருக்கும் அன்பை வெளிக் கொணரும். இந்த அன்பின்முன் எந்த வருத்தமும் கோபமும் ஜெயிக்க முடியாது.

'ஹோ ஒப்பானோபானோ' இதுதான். அப்பா உங்களைப் புரிந்து கொள்ளவில்லையா? 'ஹோ ஒப்பானோபானோ' முறையைப் பயன்படுத்தி இந்த 4 வாக்கியங்களை அவரை நினைத்து உளமாரச் சொல்லுங்கள். இத்தனை நெருங்கிய உறவுகூட வேண்டாம். சாலையில் உங்களைச் சடாரென்று இடது புறமாகக் கடக்கும் ஆட்டோக்காரர் மீது நொடிப் பொழுதில் தீராத ஆத்திரமா? 'ஹோ ஒப்பானோபானோ'தான் அதற்கும் தீர்வு.

கோபம் யார் மீது இருந்தாலும், வைத்தியம் செய்துகொள்ள வேண்டியது உங்களுக்கு மட்டும்தான்!

இதே போன்ற வழிமுறைகள் உலகமெங்கும் பல பழங்குடிகளிடம் உள்ளன. இவை மெல்ல மெல்ல வளர்ந்த நாடுகளை அடைந்து நல்ல வடிவம் பெற்றுவிட்டது. இன்று பலர் 'ஹோ ஒப்பானோபானோ'வை சிகிச்சை முறையாகக் கற்றுத் தருகின்றனர். யாரும் சுலபமாகப் பயன்படுத்தும் வகையில் அடிப்படையில் நான்கு விஷயங்களைக் கூறுகிறார்கள். அதை முறையாகப் பயிற்சி செய்து பார்த்தேன். ஆச்சரியம் அளிக்கும் வகையில் அற்புதப் பலன்கள் கிடைத்தன.

நலம் தரும் நான்கு

அந்த நான்கு விஷயங்கள்: வருத்தம் தெரிவித்தல், மன்னிப்பு கோருதல், நன்றி சொல்லுதல், அன்பு செலுத்துதல். இதை நான்கு அஃபர்மேஷன்கள் என்றும் சொல்லலாம்.

'நான் வருத்தம் அடைகிறேன்.' *(I am sorry)*

'நான் மன்னிப்பு கேட்கிறேன்.' *(Please forgive me)*

'நான் நன்றி செலுத்துகிறேன்'. *(Thank you)*

'நான் அன்பு செலுத்துகிறேன்.' *(I love you)*

எந்தப் பிரச்சினை என்றாலும் அடுத்தவர் ஒருவர் சம்பந்தப்பட்டிருப்பார். அவரிடம் இந்த 4 வாக்கியங்களைச் சொல்லுங்கள். நேரில் சொல்லக்கூட அவசியமில்லை. அவரை நினைத்து எழுதுங்கள் அல்லது தனிமையில்கூடச் சொல்லுங்கள்.

முதலில், யாரிடம் பிரச்சினையோ அவரிடம் ஸாரி சொல்லுதல் தர்க்கரீதியாகக் கடினமாக இருக்கும். ஆனால், அதுதான் தொடக்கப் புள்ளி. இந்த முதல் வாக்கியம் நடப்பதில் உங்களுக்கும் பங்கு இருக்கிறது என்பதை உணரச் செய்கிறது. சுயப் பொறுப்பு தெரிவது மாறுதலின் முதல் படி, தன் நிலையை மாற்றுவதுதான் எனப் புரியும். தான் இடம் கொடுக்காமல் இந்த நிலை வராது என்பதால்தான், செய்ததற்கு முதலில் வருத்தம் அடைவது முதல் படி.

தனக்கு வருத்தம் வந்ததைப் போல் எதிராளிக்கும் வருத்தமும் மன உளைச்சலும் ஏற்பட்டுள்ளது. எது சரி, எது நியாயம் என்பதைவிட வருத்தமும் வலியும் எதிராளிக்கும் உண்டு என்று கண்டுகொண்டு மன்னிப்பு கோருதல் இரண்டாம் படி. பாவ மன்னிப்பு பற்றி விரிவாகச் சென்ற அத்தியாயத்தில் பேசியதால், இது உங்களுக்கு எளிதாகப் புரிந்திருக்கும்.

அடுத்து நன்றி சொல்லுதல். எதற்கு? இந்தப் பிரச்சினையைத் தவிர்த்து அந்த உறவைப் பாருங்கள். எவ்வளவு பெற்றிருக்கிறோம்? எத்தனை பலன்கள் கிடைத்திருக்கின்றன? காலம் முழுவதும் செய்ததற்கு நன்றி செலுத்துங்கள். மனதாரச் செய்யுங்கள்.

அன்பு வெல்லும்

கடைசியாக, உங்களையும் அந்த உறவையும் இணைக்கும் வல்லமை பெற்றது எது? அன்பு தானே? அதை முழுமையாக, மனதாரச் சொல்லுங்கள். இது அத்தனை அடைப்புகளையும் நீக்கி உள்ளிருக்கும் அன்பை வெளிக் கொணரும். இந்த அன்பின்முன் எந்த வருத்தமும் கோபமும் ஜெயிக்க முடியாது.

‘ஹோ ஒப்பானோபானோ’ இதுதான். அப்பா உங்களைப் புரிந்து கொள்ளவில்லையா? ‘ஹோ ஒப்பானோபானோ’ முறையைப் பயன்படுத்தி இந்த 4 வாக்கியங்களை அவரை நினைத்து உளமாரச் சொல்லுங்கள். இத்தனை நெருங்கிய உறவுகூட வேண்டாம். சாலையில் உங்களைச் சடாரென்று இடது புறமாகக் கடக்கும் ஆட்டோக்காரர் மீது நொடிப் பொழுதில் தீராத ஆத்திரமா? ‘ஹோ ஒப்பானோபானோ’தான் அதற்கும் தீர்வு.

கோபம் யார் மீது இருந்தாலும், வைத்தியம் செய்துகொள்ள வேண்டியது உங்களுக்கு மட்டும்தான்!

உடலைக் கட; மனத்தை அறி

அதுபோல் மனப்பிரச்சினையைப் புரிந்துகொள்ள மனத்தைக் கடந்து போகலாம். உடலை மனம் பார்த்தல் எளிது. மனத்தை மனம் பார்க்கப் பழக்கம் வேண்டும். மனத்தைக் கடந்து மனத்தைப் பார்ப்பது என்பது அதனினும் கடினம். என்ன, குழப்புகிறேனா?

மனத்தை மனம் பார்த்தல்

அதனால்தான் மேற்கத்திய மருத்துவ முறையினர் மனப்பிரச்சினைகளுக்கு உடல் காரணங்களைக் கண்டுபிடித்து சரிசெய்ய நினைக்கின்றனர். துக்கமா? அது மூளையில் உள்ள சுரப்பிகளின் குறைபாடு. அது சுரக்க மருந்து தந்தால் துக்கம் போகும். இப்படி ஒரு வழிமுறையைதான் சைக்கியாட்ரி முன்னெடுக்கிறது. அது தவறில்லை. இந்த நோய்க்கு இந்த உடல் குறைபாடு அல்லது மனக் குறைபாடு ஏற்படும். இந்த மருந்தால் உடலில் அதை மாற்றி, இப்படிச் சரிசெய்யலாம் எனும் மருத்துவ முறை பல அவசரச் சிகிச்சை முறைகளில் பெரிதும் பயன்படுகிறது.

அதையடுத்து உளவியலாளர்கள் உடல், மன நோய்களுக்கு மனத்தைக்கொண்டு எப்படி மருந்தில்லாமல் குணமாக்கலாம் என்று நிரூபித்தனர். நம் எண்ணங்கள், உணர்வுகள், செயல்கள், வாழ்க்கைமுறை எனப் பல மாறுதல்கள் மூலம் ஆதாரப் பிரச்சினைகளைச் சரிசெய்தனர். பல நேரம் கூட்டுச்சிகிச்சை முறைகளும் கையாளப்படுவதுண்டு. ஆனால், மனத்தை மனம் பார்க்கும் முறைகூட முழுமையானது அல்ல. அதை அடுத்த கட்ட விழிப்புணர்வுக்கும் அழைத்துச் செல்ல, ஒரு மேல்நிலை அறிவு தேவைப்படுகிறது. இதை ஆன்மா என்று சொல்கிறார்கள்.

“நான் கோபப்படுவது எனக்குத் தெரிகிறது.” அப்படி என்றால் கோபம் கொள்வது ஒரு மனம். அதைப் பார்ப்பது எது? இன்னொரு மனமா? அல்லது மனத்தின் ஒரு பகுதியா? இதைத்தான் ஆன்மா என்கிறார்கள். மனத்தின் செயல்பாடுகளைக் கவனிக்கும் ஆற்றல் ஒன்று கட்டாயம் இருக்கிறது. அதை ஆழ்மனம் என்று சொல்லலாம். ஆன்மா என்றும் சொல்லலாம். தெய்வம் எனவும் சொல்லலாம். ஆனால், அது மனத்தைக் காட்டிலும் உயர்ந்த நிலையில் உள்ளது என்பதை உறுதியாகச் சொல்ல முடியும்.

அந்த ஆழ்ந்த நிலைதான் நம் மனத்தின் எல்லா செயல்பாடுகளையும் உள்ளடக்கிய பெருங்கடல். அதனுடன் தொடர்பு கொள்கையில்தான் மனம் அமைதிகொள்கிறது. மனம் தன்னைப் புதுப்பித்துக் கொள்கிறது. திருந்துகிறது. தன்னை உணர்கிறது. எல்லா மேன்மைகளும் பிறக்கின்றன.

சும்மா கவனியுங்கள்

“இத்தனை தத்துவம் எல்லாம் வேண்டாம்; என்ன செய்ய வேண்டும் என்பதை எளிமையாகச் சொல்லுங்கள்!” என்று கேட்கிறீர்களா? சரி, இப்படிச் செய்யுங்கள்.

உங்கள் மனத்தின் செயல்களைச் சற்று தொலைவிலிருந்து பாருங்கள். எந்த விமர்சனமும் வேண்டாம். போதனையும் வேண்டாம். எதையும் கட்டுப்படுத்த வேண்டாம். வெறுமனே வேடிக்கை பாருங்கள். உதாரணத்துக்கு, உங்களை யாரோ ஒருவர் வெறுப்பேற்றிவிட்டார் என்று வைத்துக்கொள்வோம். என்ன எண்ணங்கள் மனத்தில் ஓடுகின்றன, என்ன வார்த்தைகளைப் பேசுகிறீர்கள், என்ன செயல்களைச் செய்கிறீர்கள், எப்படி உணர்கிறீர்கள்... இப்படி ஒரு மூன்றாம் மனிதனின் செயலை வேடிக்கை பார்ப்பதுபோல் தொடர்ந்து பாருங்கள். அவ்வளவு தான். இதனால் என்ன ஆகும்? முதலில் இந்தப் பயிற்சியைச் செய்ய முடிகிறதா என்று பாருங்கள். அது நீங்கள் எந்த நிலையில் இருக்கிறீர்கள் என்று காண்பித்துக் கொடுத்துவிடும்.

தேவை நிம்மதி

“அவன் பேசினான். நான் பதிலுக்கு நாக்கைப் பிடுங்கற மாதிரி நல்லா நாலு கேள்வி கேட்டுட்டு வந்திட்டேன்!” என்று சொன்னால், அந்தச் செய்கை ஒரு பிரவாகம்போல் தன்னிச்சையாக நடந்த ஒன்று. மனம் செயலில் மட்டும்தான் ஈடுபட்டுள்ளது. மனத்தைப் பார்க்கும் செயல் அங்கு நடைபெறவில்லை என்று பொருள்.

“அவன் பேசினான். எனக்குக் கோபம் வந்துச்சு. அதைக் கவனிச்சேன். குறைக்க நினைச்சேன். ஆனா நல்லா நாலு வார்த்தை கேட்டாதான் மனசு லேசாகும்னு தோணிச்சு. எனக்குத் தெரியுது நானும் அவன் கோபத்தைத் தூண்டற மாதிரிதான் பேசுறேன்னு. என்னால தடுக்க முடியலை. பேசிட்டு வந்தவுடன், ஒரு திருப்தி வந்துச்சு. அப்புறம் யோசிச்சா அவ்வளவு காட்டமா பேசியிருக்க வேண்டாம்னு தோணுச்சு. மொத்தத்தில இந்த விஷயம் என்னை நிம்மதியா இருக்க விடலைன்னு நல்லாத் தெரியுது” இதுதான் முதல் கட்ட கூர்நோக்குதல்.

விழிப்பு நிலை

தன்னை அறியாமல் மனம் தன் தன்மையை மாற்றத் தயாராகும். இந்த விழிப்பு நிலை பெறத்தான் பக்தி இயக்கம் கடவுளைப் பரிந்துரைசெய்கிறது.

உளவியலாளர்கள் ஆழ்மன ஆய்வுக்கு அழைக்கிறார்கள். தியானம் எல்லாத் தரப்புக்கும் பொதுவானதாகத் தெரிகிறது. கடவுளோ, குருவோ, சிகிச்சையாளரோ, உற்ற உறவோ யாரோ ஏதோ ஒன்று இந்த உற்று நோக்கலை அறிமுகம் செய்ய முடியும். ஆனால், தன் மனத்தின் சித்து விளையாட்டுகளை இனம் அறிந்து அதை வசப்படுத்தி தன் வாழ்க்கையின் குறிக்கோள்களை அடையும் முயற்சி தனிமனிதர்களைச் சார்ந்தது.

மனத்தை விசாரணைக்கு உட்படுத்த ஒரு வழிகாட்டுதல் தேவைப்படுகிறது. அதை அளிப்பவரைத்தான் குரு என உயர்த்திப் பிடிக்கிறது நம் உலகம். குரு வர என்ன செய்ய வேண்டும்? அதற்குத் தகுதிப்பட வேண்டும். உங்கள் மனத்தை வேடிக்கை பார்க்க ஆரம்பியுங்கள். உங்கள் வாழ்க்கை பற்றிய பல கேள்விகளுக்கு விடை கிடைக்கும்!

25

மாறுமா நம் மனம்?

மனம் விளையாடும் ஆட்டங்களைச் சற்று விருப்பு வெறுப்பு இல்லாமல் நோக்கும்போது மனத்தின் தீவிரத்தன்மை அற்றுப் போகும். மனத்தைத் தாண்டிய விசாரம் ஏற்படும். அது வாழ்க்கை பற்றிய பல கேள்விகளை உருவாக்கும். பல பதில்களைக் கொடுக்கும். நம் வாழ்வு பற்றிய ஒரு தத்துவப் பார்வையை அளிக்கும். இந்த உற்று நோக்குதலால் மனத்தின் எல்லா எண்ணங்களையும் செயல்களையும் எளிமையாக வகைப்படுத்த முடியும். ஒரு அந்நியனைப் பார்ப்பது போன்று நம்மை நாமே பார்க்க முடிவது ஒரு பெரிய சாதனை. பிறரைப் பார்த்துக் கேட்கும் கேள்விகளை நம்மை நாமே கேட்டுக்கொள்ள முடியும். சுய விமர்சனத்தை வலியில்லாமல் வைக்க முடியும். "எல்லோரையும் குறைகூறுவதே உன் வேலையாகத் தெரிகிறது. எந்த நல்ல விஷயமும் உன் கண்ணில் படுவதில்லை, ஏன்? எந்தச் சூழலிலும் ஒரு திருப்தி இல்லை. ஏதோ ஒரு வருத்தமும் குறையையும் மட்டுமே உணர்கிறாயே? என்னதான் வேண்டும் உனக்கு? எதைச் செய்தால் உனக்கு நிம்மதி?" என்று மனத்தோடு பேசலாம்.

மனத்தின் இரைச்சலை மவுனமாகக் கவனித்தால், அதன் வழிமுறைகள் புரியும். நம் கடந்த காலத்தை நோக்கினால் பலருக்கு வருத்தம், கோபம், இயலாமை, குற்ற உணர்வு எனப் பல விஷயங்கள் இருக்கலாம். எல்லாம் நம் மனத்தின் கடந்தகாலச் செயல்பாடுகள் என்று புரிந்துகொண்டால், அதை மாற்றி அமைக்க முடியும். செக்கு மாடுபோல் செய்ததையே திரும்பத் திரும்பச் செய்யும் குணம் கொண்டது மனது. அதனால்தான் தவறுகளில்கூடப் பழையவற்றையே செய்யும்.

மனத்தின் செயல்பாடுகளைக் கண்டுகொள்ளுதல் மிக எளிது. இதனால்தான் முதுமையடைந்தாலும் ஒரேவகை தவறுகளைத்தான் திரும்பத் திரும்பச் செய்கிறோம். இருபது வயதில் கடன் தொல்லைகளால் அலைக்கழிக்கப்பட்டவர்கள், ஐம்பதிலும் பெரும்பாலும் வேறு கடன் பிரச்சினைகளில் மாட்டிக்கொண்டுள்ளதைப் பார்க்க முடிகிறது. பொய்யும் பித்தலாட்டமுமாக வாழும் ஏமாற்றுப் பேர்வழிகள் வீரியம் குறைந்தாலும், புதிய முறைகளில் ஏமாற்றும் காரியங்களைத்தான் செய்வார்கள். அம்மாவிடம் கோபித்துக்கொண்டு ஆண்டுக் கணக்கில் பேசாமல் இருந்த இளைஞன், முதுமையில் மகனிடம் கோபித்துக்கொண்டு பேசாமல் இருப்பான்.

வாழ்க்கை ஒரு ஸ்கிரிப்ட்

எப்படி ஒரு திரைப்படம் ஒரு வகை ஊகிப்புத்தன்மையுடன் செயல்படுகிறதோ, அப்படித்தான் நம் வாழ்க்கையும். திரைப்படங்களில் காமெடி, ஆக்‌ஷன், சென்டிமென்ட், காதல் என்று பல வகைகள் உண்டு. அந்த வரையறைக்குள், அதற்கேற்பத்தான் கதை செல்லும். கூடுமானவரை ஓர் இயக்குநரின் படைப்பு ஒரே தன்மை கொண்டதாகத்தான் இருக்கும். எடுத்துக்காட்டுக்கு, கவுதம் மேனன் படம் என்றால் வாய்ஸ் ஓவரில் ஒரு காதல் கதை, பாலா படம் என்றால் விளிம்பு நிலை மனிதர்களின் ஓலம், ஹரி படம் என்றால் அசுர வேகத்தில் ஒரு ஆக்‌ஷன் படம், சுந்தர்.சி படம் என்றால் காமெடியும் கிளாமரும் கொடிகட்டிப் பறக்கும்.

இதுபோல் நம் வாழ்க்கையும்கூட ஊகிக்கக்கூடிய ஒரு ஸ்கிரிப்ட்தான். அதன் பொது அம்சம் பிடிபட வேண்டும். குடும்பத்துக்குத் தன் முழு வாழ்க்கையையும் மிச்சம் வைக்காமல் தியாகம்செய்தல் ஒரு ஸ்கிரிப்ட். ஒவ்வொரு காதலாகக் கலந்து, உடைந்து, மீண்டு பிறகு அடுத்த காதல் எனச் செல்லும் வாழ்க்கை எனும் ஒரு ஸ்கிரிப்ட். கட்சி, பொதுப்பணி, போராட்டம், வெளி வாழ்க்கை என்று சொந்த வாழ்க்கை என்ற ஒன்றே இல்லாமல் ஒரு ஸ்கிரிப்ட். எந்தப் பொறுப்பும், வேலையும் இல்லாமல் பிறர் தயவில் வாழ்வது ஒரு ஸ்கிரிப்ட். ஒவ்வொருவர் வாழ்க்கையும் பல கலவைகள் கலந்த கதை என்றாலும், சில பொது அம்சங்கள் இருக்கும். அவை என்ன என்று பாருங்கள். அவற்றைக் கண்டுபிடிக்க மனத்தைக் கவனித்தல் அவசியம்.

முடிவுகளின் கூட்டுத் தொகுப்பு நம் வாழ்க்கை என்பது நம் மனம் கடந்த காலத்தில் எடுத்த முடிவுகளின் கூட்டுத்தொகுப்பே. பல விஷயங்கள் நமக்கு நேர்ந்திருந்தாலும், ஒவ்வொரு கட்டத்திலும் நம் மனம் எடுக்கும் முடிவுதான் முக்கியத் திருப்பம் தருகிறது. "அர்த்த ஜாமத்தில நெருக்கடின்னு பணம் வேணும்னு கேட்டு வந்த மச்சானுக்கு வட்டிக்குப் பணம் வாங்கிக் கொடுத்தேன். இன்னைக்கு வரைக்கும் வரலை. கொடுத்தத கேக்கப் போய் சண்டையில பேச்சுவார்த்தைதான் நின்னுச்சு.

எல்லா இடத்திலயும் கடைசியில கெட்ட பேருதான் மிச்சம்" என்று கதை சொல்லும் மனத்தை உற்றுநோக்குங்கள். "இல்லை என்று சொல்லத் தைரியம் இல்லாம கொடுத்தியா அல்லது உதவ வேணும்னு கொடுத்தியா?" என்று ஒரு கேள்வி கேளுங்கள். "இரண்டும்தான்" என்று சொல்லி மெல்ல உண்மையைச் சொல்லும் மனம். "எப்படி வச்சிகிட்டே இல்லைன்னு சொல்ல முடியும்? ரொம்ப நெருங்கிய உறவாச்சே.", "சரி, அப்ப நெருங்கின உறவுகளில்தான் அதிக சிரமங்களா?." இப்போது எல்லா நெருங்கிய உறவுகளிலும் பட்ட வலிகளை நினைத்துப் பட்டியல் போடும். சுயபச்சாதாபமும், எதிராளி மீது கொள்ளும் கோபத்துக்கு ஆதாரம் உள்ளதைப் பேசும். தைரியமும் நேர்மையும் இல்லாததுதான் பிரச்சினை என்று புலப்படும். இப்படி ஒரு விசாரணை நடத்துவது நல்லது. மனம் தன் நாடகத்தன்மையைக் கண்டுகொள்ளும்.

அடுத்த முறை அதே சூழலில் பழைய பாணியில் இல்லாமல் புதிதாகச் செய்வது குறித்து யோசிக்க முயலும். நம் கர்ம வினைகளைக் களைவது என்பது கண்ணுக்குத் தெரியாத கடவுளின் வேலை அல்ல. அது நம் முயற்சிகளில் உள்ளது. மனத்தை மாற்ற மனத்தைக் கவனியுங்கள். மனம் மாறும். வாழ்க்கையும் மாறும்.

26

எது கடினம், எது ஆனந்தம்? மனத்தை நம்பலாமா?

மனம் கண்ணியமானது என்று நம்பும்போது, அது தன் கேவலமான குணத்தைக் காண்பிக்கும். உறுதியானது என்று தீர்மானமாக இருக்கும்போது, அது தன் பலவீனத்தைத் தெரிவிக்கும். தெளிவானது என்று ஒரு முடிவுக்கு வருகையில், குழப்பியடிக்கும். 'அடச்சே' என்று அலட்சியம் காண்பிக்கையில் கூர்மையான தர்க்கத்தால், 'அடடே' என்று பிரம்மிக்க வைக்கும். நம் மனத்தைப் பற்றியே நமக்குத் தெரியாததால்தான் 'எனக்கு என்ன வேண்டும் என்றே தெரியவில்லை!' என்று சுய வாக்குமூலம் கொடுக்கிறோம். இப்படி நம் மனத்தைப் பற்றியே சரியாகக் கணிக்க முடியாத நிலையில், எதிராளியைப் பற்றி எல்லாம் தெரிந்ததுபோல் கருத்துச் சொல்லிக்கொண்டிருக்கிறோம். நம்மை நினைத்தால் நமக்கே சிரிப்பு வருவது இதனால்தான்.

மனம் தரும் தகவல்கள், பல நேரம் பிழையானவை. நம் நினைவுத்திறனும் கற்பனை ஆற்றலும் பல நேரம் எளிதில் நீரோடு நீராக கலக்கக்கூடியவை. நடந்தவையும், நாம் கண்டவையும், நாம் நடந்ததாக நினைப்பவையும் யாவும் ஒன்றல்ல. இருந்தாலும் நம் மனம் தரும் தற்காலிகத் தகவல்களை நம்பி, வாழ்க்கையின் பெரிய முடிவுகளை எடுக்கிறோம். இதில் பல நேரம் நம் புலனறிவும் சேர்ந்து சதிசெய்யும்.

மனத்தின் தகவல் பிழை

'என்னை பாத்துட்டுப் பார்க்காத மாதிரி போயிட்டா. அவ்வளவு திமிரான்னு நானும் அவங்க வீட்டுக்குப் போறதையே நிறுத்திட்டேன். திடீர் பணக்காரியான அவளுக்கே அவ்வளவு இருந்தா... பரம்பரைப் பணக்காரி எனக்கு எவ்வளவு இருக்கும்? அதனால அந்தச் சம்பந்தம் வேண்டாம்பா!'

பார்வை என்பது புலன் அறிவு. எதிராளிக்குச் சற்று மாறுகண்ணாக இருந்தால்? அல்லது பதற்றத்தில் ஓடும் பெண்ணின் நெருக்கடியோ அல்லது அது சார்ந்த உணர்வோ நமக்குப் புரியாமல் இருந்தால்? வேறு ஒரு

பிரச்சினைக்காக உங்களுடன் நடந்துவரும் நபரைத் தவிர்க்க, உங்களைப் பார்க்காமல் போயிருந்தால்? இப்படி பல காரணங்கள் இருக்கலாம் அல்லது இதற்குமுன் நீங்கள் அவசரத்தில் அவரைப் பார்க்காமல் போனதைத் தவறாக நினைத்து, அதை மனத்தில் வைத்துக்கூடத் தவிர்த்திருக்கலாம். ஒரு செயலைப் பார்க்கும் மனம், தன் தற்காலிக மனநிலைக்கு ஏற்ப பொருள் கொடுத்துக்கொள்ளும். அதனால் மனம் தரும் தகவல்களைத் தள்ளி நின்று கேள்வி கேட்டு ஆராய்வது நல்லது.

பலமும் பலவீனமும்

'மனசு போல வாழ்க்கை' என்று சொல்லிவிட்டு, 'மனத்தை இப்படிக் கழுவி கழுவி ஊற்றுகிறீர்களே..' என்று எண்ணுகிறீர்களா? என் நோக்கம் மனத்தைத் தரக்குறைவாக மதிப்பிடுவது அல்ல. மனித மனத்தின் நுட்பமான அறிவுதான், இந்த உலகம் இவ்வளவு முன்னேற வழிவகுத்துள்ளது. ஒவ்வொரு சாதனையும் மனத்தின் வெற்றிதான். அதேநேரம் இங்கு நிகழும் ஒவ்வொரு அவலத்துக்கும் காரணம், மனித மனம்தான். இத்தனைக் கொலைகள், வல்லுறவுகள், வன்முறை நிகழ்வுகள், நோய்கள், கிளர்ச்சிகளுக்குக் காரணமும் மனித மனம்தான். உலகின் அத்தனை சாத்தியக்கூறுகளுக்கும்

காரணம் மனித மனம்தான். அதனால் அதன் முழு வீரியத்தை அறிவதுபோல், அதன் அத்தனை வக்கிர குணத்தையும் பலவீனங்களையும் அறிவது முக்கியம். மனத்தை உள்நோக்கிப் பார்க்கத் தொடங்கும்போது மனமும் வாழ்க்கையும் சீரடையத் தொடங்கும். இது பேருண்மை.

தியானம் வெளியில் இல்லை

மனத்தை உள்நோக்கிப் பார்க்கச் சிறந்த வழி தியானம். தியானம் என்பது ஒரு மத நம்பிக்கை சார்ந்த வழிமுறை அல்ல. அதற்கு தெய்வ நம்பிக்கை அவசியம் அல்ல. ஏதோ ஒரு நம்பிக்கை உறுதியாக இருந்தால், பற்றும் பழக்கமும் விரைவில் ஏற்படும். அதனால்தான் இறை நம்பிக்கை உலகெங்கும் போதிக்கப்படுகிறது. இறை நம்பிக்கை இல்லாவிட்டால் வேறு ஏதோ ஒரு பெரிய நம்பிக்கை இருப்பது நல்லது. அது மனிதநேயமாக இருக்கலாம் அல்லது இயற்கையின் மீதான மதிப்பாக இருக்கலாம் அல்லது கலை, இலக்கியம், இசை மேலான ஆர்வமாக இருக்கலாம் அல்லது உங்களை நீங்கள் கரைத்துக்கொண்டு செய்யும் வேலையாக இருக்கலாம். எந்தச் செய்கையில் உங்கள் மனம் கரைந்து காணாமல் போகிறதோ, அதுதான் தியானம்.

மனத்தை அமைதிப்படுத்தி அதைக் காணாமல் போக வைப்பதன் மூலம்தான் 'நேரம்' எனும் கட்டுப்பாட்டிலிருந்து நழுவிப்போவீர்கள். உங்கள் உடல் வேறு ஒரு தாள கதியில் இயங்கத் தொடங்கும். அந்தக் கணத்தில் உடலும் இல்லாமல் மனமும் இல்லாமல் உங்களை நீங்கள் உணர்வீர்கள். அந்த அனுபவம்தான் உங்களையும் உங்கள் வாழ்க்கையையும் அடுதத கட்டத்துக்கு எடுத்துச் செல்லும். இந்த அனுபவத்தைத் தரவல்ல தியான நிலை, உங்களுக்கு எந்தச் செயலில் கிடைக்கிறது என்று கண்டுகொள்வதுதான் நிஜமான அறிவு. அதைச் செய்யத்தான் நீங்கள் படைக்கப்பட்டீர்கள். அதில்தான் உங்கள் முழு ஆற்றலும் வெளிப்படும்.

தியானத்தை வெளியில் தேடி ஓடாதீர்கள். அதற்கு நீங்கள் உங்களோடு இருக்க வேண்டும். தன்னை மறந்த நிலையில்தான் உங்களையே நீங்கள் முழுமையாக உணர்வீர்கள். இதைச் சொற்களால் படித்துப் புரிந்துகொள்வது கடினம். ஆனால், செயல் அனுபவமாகப் பெறுவது ஆனந்தம்!

27

மனித வாழ்வு ஒரு சின்னஞ்சிறிய துகள்!
ஒற்றுமையும் வேற்றுமையும்

நம் தற்போதைய அன்புக்கும் அறிவுக்கும் ஆற்றலுக்கும் பன்மடங்கு அதிகமான ஒரு சாத்தியக்கூறு இருக்கிறது என்பதில் யாவரும் ஒன்றுபடுகிறோம். அது எது என்பதில்தான் வேறுபடுகிறோம். கடவுளை மதத்தில் பூட்டி வைக்கும்போது, "இவரைத் தவிர யாரும் கடவுள் கிடையாது!" என்று முஷ்டியை மடக்குகையில் நம் இறை வழியை விட்டு இயல்பான மனித / மிருக நிலைக்குத் திரும்புகிறோம். பிற நம்பிக்கைகளை அச்சுறுத்தல்களாகப் பார்க்கிறோம். அடுத்த மதத்தில் உள்ள வேறுபாடுகளை ஒரு கற்றல் அனுபவமாகக் காணத் தவறுகிறோம். ஆனால், ஒவ்வொரு மதமும் பிற மதத் தாக்கத்தால் பல மாற்றங்களை உள் வாங்கியிருப்பதை வரலாற்றைப் படித்தால் புரிந்துகொள்ளலலாம்.

கடவுளைப் பற்றிய புரிதல் வாழ்வைச் செழுமையாக்கும் என்பதில் சந்தேகமில்லை. கடவுளை ஆராய்தல், வாழ்க்கையை ஆராய்தல், நம் இருத்தலை ஆராய்தல். நம்பிக்கை கொள்வதும் கொள்ளாதிருத்தலும் அவரவர் விருப்பம். ஆனால், ஆராயாமல், உள் நோக்கிப் போகாமல், கருத்தில் கவனம் கொள்ளாமல் வைக்கும் நம்பிக்கையோ அல்லது அவ நம்பிக்கையோ செழுமை சேர்க்காது. மாறாக, அது தனக்கோ பிறர்க்கோ கேட்டைத்தான் சேர்க்கும்.

அற ஒழுக்கத்தையும் வாழும் முறையையும் கற்றல் அவசியம். இறை நம்பிக்கையும் பல சடங்குகள் மூலமாக வாழ்வின் தத்துவத்தை நமக்குப் போதிக்கின்றன. ஆனால், அதன் சாரத்தை எடுத்துக்கொள்வதும் சடங்கை மட்டும் செய்வதும் அவரவர் மன வளர்ச்சியைப் பொறுத்தது. அதே போல் பகுத்தறிவு பல அற்புதக் கேள்விகளையும் மனித நேயத்தையும் முன் வைக்கிறது. இந்தத் தத்துவ விசாரணையற்ற கடவுள் மறுப்பு பல அடிப்படை அறங்களைக் கற்கத் தவறிவிடுகிறது.

அறத்தை வலியுறுத்தும் நம்பிக்கை

“எனக்கு என் மீதும் நம்பிக்கை கிடையாது!” என்று எவரேனும் சொல்லும்போது எனக்குக் கவலையாக இருக்கும். கடவுள் மேல் இல்லாவிட்டாலும் தன் மேல் இருக்கலாம். மனிதநேயமோ, இயற்கையோ, கலை இலக்கியமோ, அறிவியலோ அல்லது குடும்பத்தில் எவரோ ஒருவர் மீதோ... ஏதோ அல்லது எதன் மீதோ நம்பிக்கை கொள்வது வாழ்வின் மீது ஒரு பிடிமானம் ஏற்படச்செய்யும். தன் வழிமுறைகள் பற்றிச் சிந்திக்க வைக்கும். தன் செய்கையால் நிகழ் பவைக்குப் பொறுப்பு எடுத்துக் கொள்ளச் செய்யும். இது தவறும்போது தனி நபர் ஒழுக்கமும் ஆரோக்கியமும் கெடுகிறது. சமூகச் சீர்கேடும் தொடங்குகிறது.

“தப்பு செஞ்சா பகவான் தண்டிப்பார்” என்ற ஆத்திகர் நம்பிக்கையும் அற வழிப்படுத்தும். “நாம் செய்வது தான் நமக்கு நிகழும். இதுதான் வாழ்க்கைத் தத்துவம்” என்ற வாழ்வியல் அலசலும் அற வழிப்படுத்தும்.

அனுபவமே அறிவு

கண்ணதாசன் கவிதை ஒன்றில் அவர் கடவுளைப் பார்த்துக் கேட்பார், “எல்லாவற்றையும் அனுபவித்துத் தெரிந்துகொள்ள வேண்டும் என்றால் நீ எதற்கு?”, “அந்த அனுபவம்தான் நான்!” என்று முடிப்பார் கடவுள். அனுபவ

அறிவை ஆண்டவன் எனக் கொள்வதும் ஆண்டவனை உலகின் மொத்த அனுபவ அறிவு என வணங்குவதும் அவரவர் மன நிலையைப் பொறுத்த விஷயம். அன்பே சிவமா, சிவமே அன்பா என்பது தனி நபர் நம்பிக்கை. ஆனால், வாழ்வில் ஆதார விழுமியங்களை நாம் கற்கத் தவறும்போது ஒரு சீர்கெட்ட சமூகத்தைக் கட்டமைக்கிறோம் என்பது உறுதி.

மனித வாழ்வு தானாகத் தனியாக இயங்கும் தனி வாழ்வு அல்ல. அது மக்கள் கூட்ட நிகழ்வின் ஒரு சின்னஞ்சிறிய துகள். புற உலகை முழுவதுமாகத் துண்டித்துக்கொண்டு ஒரு மனிதன் இயல்பான வாழ்க்கை வாழ முடியாது. குடும்பம், சுற்றம், கிராமம், மாநிலம், தேசம், உலகம் என எல்லாத் தரப்பு மக்களும் நம் வாழ்வை ஒவ்வொரு நொடியிலும் மாற்றி அமைத்து வருகிறார்கள். உங்கள் வாழ்வும் மிக மிகச் சொற்ப அளவில் உலகின் போக்கையே பாதித்துக்கொண்டுதான் போகிறது. தனி மனிதன் தான் வாழும் உலகுக்குச் செய்யும் பங்குதான் இந்தப் பூவுலகின் விதியை நிர்ணயிக்கிறது.

மனிதன் தெய்வமாகலாம்

பிறருக்குச் சேவை செய்கையில் உங்கள் மூளையின் விசேஷ சுரப்பிகள் மகிழ்ச்சி எனும் உணர்வைத் தூண்டுகிறது என்று மருத்துவம் சொல்கிறது. அடுத்தவருக்கு உதவி செய்கையில் நம் தனி நபர் துக்கம் குறைகிறது என்று உளவியல் சொல்கிறது. புறத்தார்க்கு நன்மை செய்தல் புண்ணியம் என்று மதம் சொல்கிறது. நம் சுற்றுப்புறச் சூழலைப் பாதுகாத்தல் தான் பேரிடர் இல்லாப் பெருவாழ்வு வாழலாம் என்று சூழலியல் சொல்கிறது. எப்படிப் பார்த்தாலும் பிறருக்கு உதவுவதுதான் நாம் செழுமையாக வாழச் சிறந்த வழி எனத் தெரிகிறது. பொது நலம் என்பதுதான் நிஜமான சுயநலம்.

உதவி செய்ய மனம் ஒன்று மட்டும் போதும். மற்ற அனைத்தையும் அது தேடித் தந்துவிடும். சேவை செய்ய வசதி வேண்டாம். செய்ய வேண்டும் என்ற எண்ணம் போதும். எங்கோ சென்று 80 G க்கு ஆசைப்பட்டு அளந்து கொடுப்பது தான் தானம் என்பதில்லை. பார்வையற்றவருக்குப் படித்துக் காண்பித்தல், போக்குவரத்து நெரிசலைத் தெருவில் இறங்கிச் சரிசெய்தல், பொது இடத்தைச் சுத்தப்படுத்துதல், தகவல் தெரியாதவர்களுக்குத் தகவல் அளித்தல், விபத்து நடந்தால் இறங்கி உதவுவது, நம் வீட்டில் பணி புரியும் படிக்காத எளியோர்களுக்குப் பாடம் சொல்லித் தருதல், நலிந்தோர் குறைகளை ஆட்சியாளர்களுக்கு எழுதுதல், மனசு விட்டுப் பேசுகையில் உளமார கேட்டுக்கொண்டு ஆற்றுப்படுத்துதல் என்று அடுக்கிக்கொண்டே போகலாம். பிறர் துயரைப் போக்கும் அனைத்தும் சேவைதான்.

கொடுக்கும்போது மனித மனம் மேன்மையடைகிறது. மனிதன் தெய்வமாகிறான்!